한국인을 위한

베트남어 회화 1

한국인을 위한

베트남어 회화 1

송정남 외

HU:iNE

개정판에 즈음하여

"한국인을 위한 베트남어 회화"가 2005년에 초판이 발행된 이후 지금까지 6판이 발행되었다. 국내에서 베트남어는 다른 여러 특수 언어에 비하여 보다 생소한 언어이다. 이 같은 국내의 실정에도 불구하고 "한국인을 위한 베트남어 회화"가 꾸준한 수요를 유지할 수 있었던 것은 그동안 독자들로부터 많은 관심과 사랑을 받았기 때문이라고 본다.

그동안 장기 활용기간에 드러났던 문제점들과 아쉬움, 그리고 독자들의 유익한 지적들을 받아들여 "한국인을 위한 베트남어 회화"의 개정판을 내게 되었다. 개정판은 다음과 같은 특징을 갖는다.

첫째, 내용을 보다 자연스럽고 상황에 맞게 대폭 수정·보완하였다. 둘째, 지문에 맞는 삽화를 넣어 대화의 생동감을 더했다. 셋째, 문법 해설을 베트남어 원문에 가깝게 보다 구체화하였다. 넷째, 과마다 출제된 문제의 해답을 부록에 넣었다. 다섯째, 베트남어의 어음체계와 문자표, 그리고 음절을 현대 베트남 언어학에 근거하여 간단·명료화함으로써 독자의 이해를 높혔다. 여섯째, 학습자의 청취력을 높이기 위하여 본문을 녹음하였다. 녹음은 지역간 발음의 차이를 고려하여 북남인이 참여했다.

주지하듯이 베트남어는 2014년도 대학입시에서 제2외국어 과목이 되었다. 보도에 의하면 3만 여 명에 가까운 수험생이 베트남어를 선택했다고 한다. 여기에는 "처음 시행된다는 것

때문에 다른 제2외국어에 비하여 더 좋은 등급을 받을 수 있을 것이다."라는 수험생들의 기대감이 크게 작용했다고 본다. 그러나 지금까지 꾸준하게 증가하고 있는 국내의 베트남어 수요를 간과할 수 없을 것이다. 베트남 투자 한국 기업과 베트남 거주 한국인이 각각 5000여 개와 15만 명을 넘는 현실이 이를 입증한다.

"한국인을 위한 베트남어 회화"는 베트남어를 배우려는 국내의 모든 한국인들을 위해 쓰여졌다. 그리고 이 책은 초급부터 고급까지 모두 4권으로 구성되었다.

이 개정판을 냄에 있어서 도움을 주신 분들에게 고마움을 표한다. 호찌밍시 국가대학교 인문사회과학대 응우옌 티황옌(Nguyễn Thị Hoàng Yến) 교수는 내용 보충과 수정에 많은 시간을 내주셨다. 한국외대 베트남어과 김유민 학생은 삽화 제작에 도움을 주었다.

어떻든 이번에 발행되는 개정판이 베트남어를 배우고자하는 국내의 모든 이들에게 크게 도움이 되었으면 한다. 수정·보완되었다고 하지만 완벽할 수는 없다. 따라서 미흡한 부분들은 독자들의 비평과 충고를 받아들여 차후에 또 수정·보완할 예정이다.

2019년 2월

송정남

Vietnamese Conversation 1

HỆ THỐNG NGỮ ÂM TIẾNG VIỆT(베트남어 어음체계)
BẢNG CHỮ CÁI TIẾNG VIỆT(베트남어 문자표)

순서	소문자-대문자	자명(字名) / 독법(讀法)	음가
1	a - A	a /a	/ a /
2	ă - Ă	á / á	/ ă /
3	â - Â	ớ / ớ	/ ə̆ /
4	b - B	bê / bờ	/ b /
5	c - C	xê / cờ	/ k /
6	d - D	dê / dờ	/ z /
7	đ - Đ	đê / đờ	/ d /
8	e - E	e / e	/ ɛ /
9	ê - Ê	ê / ê	/ e /
10	g -G	rê / gờ	/ ɣ /
11	h - H	hát / hờ	/ h /
12	i - I	i / i ngắn	/ i /
13	k - K	ca / cờ	/ k /
14	l - L	el-lờ / lờ	/ l /
15	m - M	em-mờ / mờ	/ m /
16	n - N	en-nờ / nờ	/ n /
17	o - O	o / o	/ ɔ /
18	ô - Ô	ô / ô	/ o /
19	ơ - Ơ	ơ / ơ	/ ə /
20	p - P	pê / pờ	/ p /

21	q - Q	qui / quờ	/ k /
22	r - R	e-rờ / rờ	/ ʐ /
23	s - S	ét-xì / sờ	/ ʃ /
24	t - T	tê / tờ	/ t /
25	u - U	u / u	/ u /
26	ư - Ư	ư / ư	/ ɯ /
27	v - V	vê / vờ	/ v /
28	x - X	ích-xì / xờ	/ s /
29	y - Y	i-crếch / i dài	/ i /

Trong tiếng Việt, mỗi chữ cái thường được dùng để ghi một âm, nhưng trong một số trường hợp, hai hoặc ba chữ cái được dùng ghép lại với nhau để ghi một âm, chẳng hạn: 베트남어에서 각각의 글자는 하나의 음을 기록하기 위하여 사용되지만, 특별한 경우 둘 혹은 세 개의 글자는 하나의 음을 기록하기 위하여 아래 표에서처럼 서로 결합하여 사용되기도 한다.

1*	ch - CH	xê-hát / chờ	/ c /
2*	gi - GI	rê-i / dờ	/ z /
3*	kh - KH	ca-hát / khờ	/ χ /
4*	ng (ngh) - NG (NGH)	en-nờ-rê (en-nờ-rê-hát) / ngờ	/ ŋ /
5*	nh - NH	en-nờ-hát / nhờ	/ ɲ /
6*	ph - PH	pê-hát / phờ	/ f /
7*	th - TH	tê-hát / thờ	/ t' /
8*	tr - TR	tê-e-rờ / trờ	/ ʈ /

ÂM TIẾT TIẾNG VIỆT

Âm tiết tiếng Việt thường có cấu tạo gồm 3 phần: thanh điệu, âm đầu và vần. Có những âm tiết không có âm đầu. Đến lượt mình, phần vần có thể có cả 3 thành tố là âm đệm, âm chính và âm cuối.

Tuy nhiên, chỉ có thanh điệu và âm chính là những thành tố nhất thiết phải có trong tất cả các âm tiết tiếng Việt (những thành tố nhất thiết phải có trong cấu tạo âm tiết được in hoa trong sơ đồ dưới đây).

Có thể hình dung cấu tạo âm tiết tiếng Việt qua sơ đồ sau:

베트남어 음절

베트남어 음절은 보통 성조(聲調), 두음(頭音), 운(韻) 등 3가지 구조를 갖는다. 그러나 두음이 없는 음절들도 있다. 운은 간음(間音), 정음(正音), 말음(末音) 등 3가지 요소를 갖을 수 있다.

그렇지만 베트남어의 모든 음절에서 반드시 있어야 할 요소들 중 성조와 정음만 있는 경우도 있다(음절 구조에서 반드시 있어야 할 요소들은 아래 표에서 대문자로 표기하였음).

베트남어의 음절 구조를 다음과 같은 표로 만들 수 있다:

thanh điệu(성조)			
âm đầu(두음)	vần(운)		
	âm đệm(간음)	âm chính(정음)	âm cuối(말음)

Thanh điệu: Tiếng Việt có 6 thanh điệu: ngang (không dấu, như trong từ *ngang*), huyền (như trong từ *huyền*), ngã (như trong từ *ngã*), hỏi (như trong từ hỏi), sắc (như trong từ sắc), nặng (như trong từ nặng).

Âm đầu: Trong tiếng Việt, tất cả các âm đầu đều là phụ âm. Tiếng Việt có 21 phụ âm đầu, được ghi bằng những con chữ sau: b, c (k, q), ch, d (gi), đ, g (gh), h, kh, l, m, n, ng (ngh), nh, ph, r, s, t, th, tr, v, x. Con chữ đặt trong dấu ngoặc đơn và con chữ nằm ngay trước nó là những hình thức chữ viết khác nhau của cùng một âm.

Âm đệm: Có một âm đệm, được ghi bằng con chữ o hoặc u.

Âm chính: Trong tiếng Việt, tất cả các âm chính đều là nguyên âm. Có 11 nguyên âm đơn, được ghi bằng các con chữ: a, ă, â, e, ê, i, o, ô, ơ, u, ư và 3 nguyên âm đôi, được ghi bằng các con chữ: iê (yê, ia, ya), uô (ua), ươ (ưa).

Âm cuối: Có 8 âm cuối, trong đó có 6 phụ âm, được ghi bằng các con chữ: c (ch), m, n, ng (nh), p, t và 2 bán nguyên âm, được ghi bằng các con chữ: i (y) và o (u).

성조: 베트남어는 6개의 성조를 갖는다.

두음: 베트남어의 모든 첫음은 자음이다. 베트남어는 'b, c (k, q), ch, d (gi), đ, g (gh), h, kh, l, m, n, ng (ngh), nh, ph, r, s, t, th, tr, v, x' 등 21개의 자음이 있다. 괄호안의 자음과 그 앞에 있는 자음은 같은 1개 음의 서로 다른 표기이다.

간음: 간음이 있는 음절의 경우 간음은 오직 1개만 존재하며 'o'자 혹은 'u'자로 표기된다. 간음은 nguyễn, qua, thuật, toán, ngoan, hoài 등의 음절에서 보듯이 두음과 정음 사이에만 위치하면서 묵음(默音)의 형태로 거의 발음이 되지 않는다.

정음: 베트남어에서 모든 정음은 모음이다. 단모음은 'a, ă, â, e, ê, i, o, ô, ơ, u, ư' 등 11개가, 이중모음은 'iê (yê, ia, ya), uô (ua), ươ (ưa)' 등 3개가 있다.

말음: 말음은 8개가 있다. 그 중 'c (ch), m, n, ng (nh), p, t' 등 6개는 자음이고, 'i (y)'와 'o (u)' 등 2개는 모음이다.

Contents

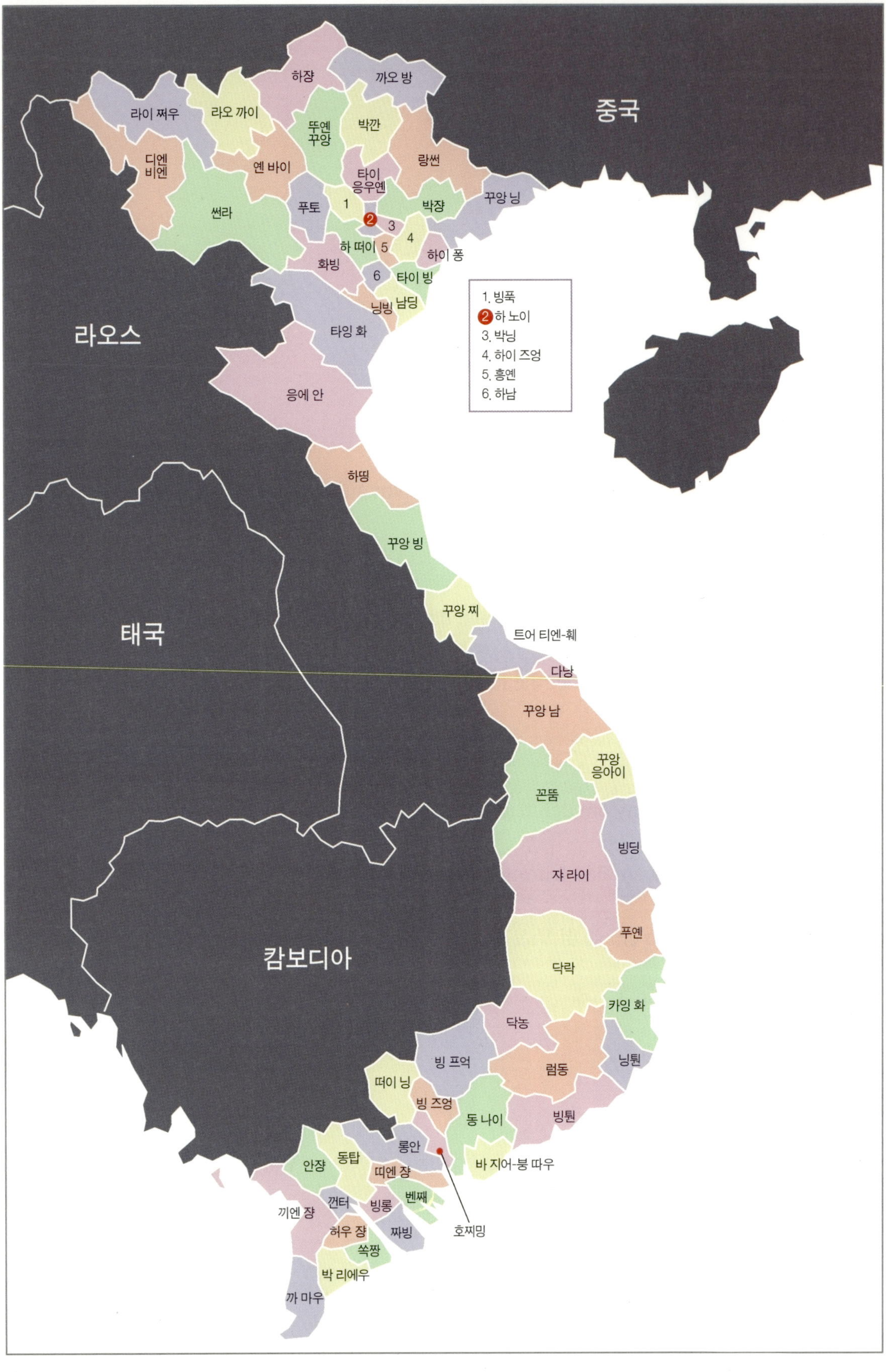
중국
라오스
태국
캄보디아
하쟝
까오 방
라이 쩌우
라오 까이
뚜옌 꾸앙
박깐
디엔 비엔
옌 바이
랑썬
타이 응우옌
썬라
푸토
1
2
3
박쟝
꾸앙 닝
4
하 떠이
5
하이 퐁
화빙
6
타이 빙
닝빙
남딩
타잉 화
응에 안
하띵
꾸앙 빙
꾸앙 찌
트어 티엔-훼
다낭
꾸앙 남
꾸앙 응아이
꼰뚬
빙딩
쟈 라이
푸옌
닥락
카잉 화
닥농
빙 프억
럼동
닝퇀
떠이 닝
빙 즈엉
동 나이
빙퇀
롱안
바 지어-붕 따우
안쟝
동탑
띠엔 쟝
벤째
끼엔 쟝
껀터
빙롱
호찌밍
허우 쟝
짜빙
쏙짱
박 리에우
까 마우
1. 빙푹
2 하 노이
3. 박닝
4. 하이 즈엉
5. 흥옌
6. 하남

동남아시아 지도

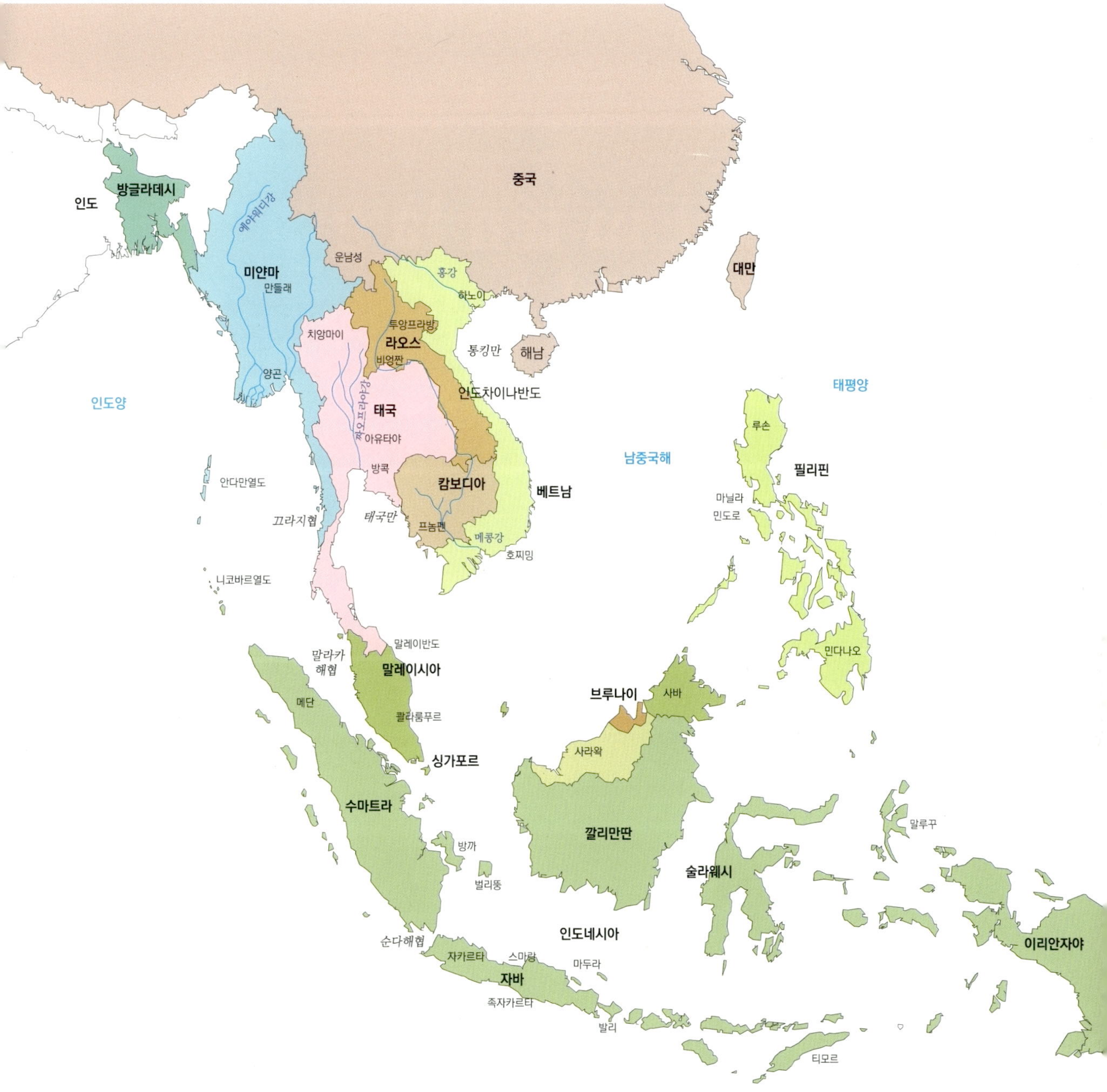
중국
인도
방글라데시
에야워디강
미얀마
만들레
운남성
홍강
하노이
대만
투앙프라방
라오스
치앙마이
비엉짠
통킹만
해남
양곤
짜오프라야강
태국
인도차이나반도
태평양
인도양
아유타야
루손
남중국해
방콕
캄보디아
필리핀
안다만열도
베트남
마닐라
끄라지협
태국만
민도로
프놈펜
메콩강
호찌밍
니코바르열도
말레이반도
말라카
해협
말레이시아
민다나오
브루나이
사바
메단
쿠알라룸푸르
사라왁
싱가포르
수마트라
깔리만딴
말루꾸
방까
술라웨시
벌리똥
인도네시아
순다해협
이리안자야
자카르타
스마랑
마두라
자바
족자카르타
발리
티모르

Bài 01

Chào em. Em tên là gì? Em có khỏe không?

안녕. 이름이 무엇이니?

건강하니?

Vietnamese Conversation 1

Hội thoại (회화)

A

Thầy Nam: Chào em.

Kim: Chào thầy.

Thầy Nam: Em tên là gì?

Kim: Em tên là Kim. Thầy tên là gì?

Thầy Nam: Tôi tên là Nam.

B

Cô Hoa: Chào em.

Lee: Xin chào cô.

Cô Hoa: Em tên là gì?

Lee: Em tên là Lee. Còn cô tên là gì?

Cô Hoa: Cô tên là Hoa.

C

Thầy Nam: Chào em. Em có khỏe không?

Kim: Cám ơn thầy, em khỏe. Còn thầy thế nào?

Thầy Nam: Cám ơn em, tôi cũng bình thường.

Từ ngữ (단어)

chào	안녕하세요	em	1. 동생 2. 저
tên	이름	là	… 이다
gì	무엇	thầy (giáo)	남자 교원
cô (giáo)	여자 교원	tôi	나
có … không	의문문 형태	còn	그리고
khỏe	건강한	cám ơn (恩)	감사합니다
thế nào?	어떻습니까?	cũng	역시
bình thường (平常)	보통		

Chú giải ngữ pháp (어법 주해-문법 해설)

1 Từ “chào” dùng khi gặp nhau và tạm biệt nhau. Để lịch sự hơn, có thể dùng thêm từ “xin” trước “chào”, ví dụ: Xin chào cô (thầy, …) :

“chào”는 서로 만나고 헤어질 때 쓰는 인사이다. 대화에서 좀 더 정중함을 표하기 위하여 예시처럼 “chào” 앞에 “xin”을 쓴다.

2 Để hỏi tên người khác, tiếng Việt thường dùng, ví dụ: Anh tên là gì? hay Tên anh là gì? Cách nói thứ nhất phổ biến hơn :

다른 사람의 이름을 물을 때 쓰는 표현으로 예시처럼 두 가지 형태가 있다. 그 중 첫 번째 표현이 더 보편적이다.

3 “Em (thầy, …) có khỏe không?” dùng để hỏi về sức khỏe của người đối thoại, đôi khi nó cũng được dùng thay cho lời chào :

“Em (thầy, …) có khỏe không?”는 상대방의 건강을 물을 때 쓰는 표현이며, 오랜만에 만났을 때 인사말 대신으로 쓰이기도 한다.

Luyện tập ngữ âm (어음 연습)

A **Luyện phát âm thanh điệu. Tiếng Việt có 6 thanh điệu:** 6개의 성조 발음 연습

Tên thanh điệu	ngang	huyền	ngã	hỏi	sắc	nặng
Ví dụ	ma	mà	mã	mả	má	mạ

Sự phân biệt 6 thanh điệu này có thể được hình dung qua hình dưới đây: 6개 성조의 분별은 오른쪽의 표로 나타낼 수 있다.

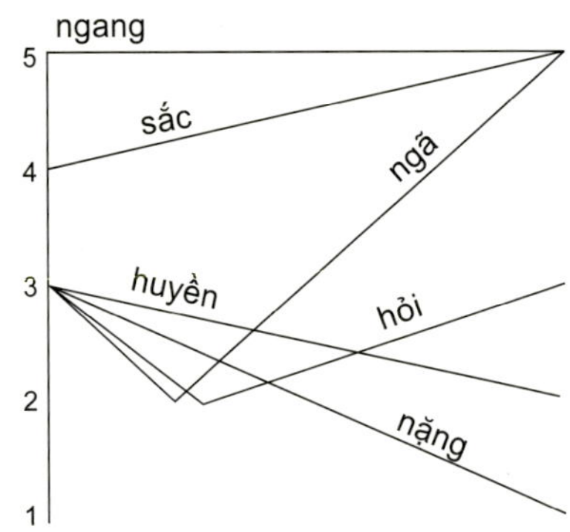

B Luyện phát âm nguyên âm: 모음 연습

Tiếng Việt có 11 nguyên âm đơn. Trong đó có nhiều nguyên âm giống với tiếng Hàn. 11 nguyên âm đơn tiếng Việt được ghi bằng các con chữ:

i, a, ă, ơ, â, e, ê, o, ô, u, ư

베트남어는 11개의 단모음이 있다. 그 중에는 한국어와 비슷한 모음이 많이 있다. 11개의 단모음은 'i, a, ă, ơ, â, e, ê, o, ô, u, ư' 등이 있다.

C Luyện phát âm âm tiết: 음절 발음 연습

li – lì	ba – bà	nam – năm	ơn – ân
ve – về	che – chè	mo – mò	cô – cồ
tu – từ	mũ – mô		

ba ba – bà bà → bà Ba già – ba bà già

la la – là là → bà Lam già – bà Lam và bà Lan già.

cha – chay → Cha tôi làm nhà – Cha tôi làm nhà cho tôi.

mai – may → Bà Mai là dì tôi – Mai tôi thăm dì tôi.

nam – năm → Anh Nam và anh Năm làm lành.

D Phân biệt các âm tiết gần giống nhau: 서로 같은 음절 분별

mai – may	tai – tay	thai – thay	chai – chay
tôi – tôi	vôi – voi	côi – coi	nòi – nồi
lay – lây	này – nầy	cày – cầy	bày – bầy

Bài 02

Đây là ai?
Kia là cái gì?

이분은(저분은) 누구입니까?

이것은(저것은) 무엇입니까?

Vietnamese Conversation 1

Hội thoại (회화)

A

Kim: Đây là ai?

Park: Đây là anh Lee.

Kim: Kia là cái gì?

Park: Kia là cái bàn.

Kim: Đó là con gì?

Park: Đó là con mèo.

B

Lee: Chào anh Kim. Đây là thầy Nam.
Thầy Nam là thầy của tôi.

Kim: Xin chào thầy ạ!

C

Kim: Chào anh Park. Đây là chị Mi-lan, bạn tôi.

Park: Chào chị Mi-lan. Rất vui được gặp chị.

Mi-lan: Chào anh. Rất vui được gặp anh.

Từ ngữ (단어)

ai?	누구시죠?	anh	형, 오빠
chị	언니, 누나	bạn	친구
gì?	무엇입니까?	cái gì?	무엇(사물)입니까?
bàn	책상	con gì?	무엇(동물)입니까?
mèo	고양이	chó	개
nhà	집	của	…의(소유격)
rất	매우	vui	즐거운, 기쁜
gặp	만나다		

Chú giải ngữ pháp (어법 주해-문법 해설)

A Các từ "**đây, kia, đấy, đó**" là những đại từ chỉ định. "**Đây**" chỉ một đối tượng ở gần người nói. "**Kia**" chỉ một đối tượng ở xa cả người nói và người nghe. "**Đấy**" chỉ một đối tượng ở xa người nói, nhưng gần người nghe. "**Đó**" có thể được dùng như "**đấy**". "**Đó**" và "**đấy**" còn được dùng để chỉ một đối tượng đã được nói đến trong văn bản, hội thoại hay cả người nói và người nghe đều đã biết rồi :

"**đây, kia, đấy, đó**" 등은 지시대명사이다. "**đây**"는 화자에게 가까운 것에, "**kia**"는 화자와 청자 모두에게 멀리 있는 것에, "**đấy**"는 화자에게 멀고 청자에게 가까이 있는 것에, "**đó**"는 화자와 청자가 익히 알고 있는 것에 각각 쓴다. "**đó**"는 "**đấy**"처럼 쓰일 수도 있다. "**đó**"와 "**đấy**"는 문장이나 대화에서 언급된 대상을 혹은 청자와 화자 모두가 이미 알고 있는 대상을 지적하기 위하여 사용된다.

B Các từ "**cái, con**" là những loại từ (classifiers). "**Cái**" thường đi với danh từ chỉ đồ vật, còn "**con**" đi với danh từ chỉ động vật, ví dụ: cái bàn, cái bút, con mèo, con chó :

"**cái, con**"은 명사의 종류를 나타내는 류사(類詞: 종별사)이다. 예시처럼 "**cái**"는 사물에, "**con**"은 동물에 주로 쓴다.

C "**Rất vui được gặp anh (chị, ông, bà, ...)**" được dùng khi mới gặp nhau lần đầu, giống như "Nice to meet you" trong tiếng Anh. Để tăng thêm tính lịch sự, có thể thay "**vui**" bằng "**hân hạnh**", ví dụ: Rất hân hạnh được gặp anh (chị, …) :

"**Rất vui được gặp anh (chị, ông, bà, …)**"은 영어의 "Nice to meet you"처럼 처음 만났을 때 쓴다. 예시처럼 상대방에게 친밀감을 높이기 위하여 "**vui**"를 "**hân hạnh**"으로 대체할 수 있다.

D Để thể hiện sự kính trọng đối với người nghe (thường là những người lớn tuổi như bố, mẹ, ông, bà, chú, bác, thầy, cô giáo, …), khi hỏi cũng như khi trả lời, có thể thêm từ "**ạ**" ở cuối câu, ví dụ: *Xin chào thầy ạ! :*

부모, 조부모, 백부, 숙부, 선생님처럼 나이가 많은 청자에게 보다 정중함을 나타내기 위해서 물을 때도 대답을 할 때처럼 문미에 "**ạ**"자를 더할 수 있다.

Luyện tập ngữ âm (어음 연습)

A Luyện phát âm nguyên âm. Tiếng Việt có 3 nguyên âm đôi, được viết bằng các con chữ: 모음 발음 연습. 베트남어는아래와 같이 3개의 이중모음이 있다.

– iê/ia/yê/ya như trong các âm tiết: Việt, Triều Tiên, bia, khuyên, khuya

– uô/ua như trong các âm tiết: luôn, muốn, mua, lụa

– ươ/ưa như trong các âm tiết: mượn, lượn, mưa, bữa

B Luyện phát âm âm tiết: 음절 발음 연습

biên – biến	điền – điện	phiên – phiền	kiếm – kiệm
tốt – tuốt	muốn – muộn	việt – viết	cuốn – cuộn
biết – buốt	suốt – xiết	triết – triệt	liếm – liệm
lương – lựa	thương – thừa	vương – vừa	nương – nửa
trai – trái	đài – đại	chùa – chúa	thua – thùa
yêu – yếu	chuối – muối	côi – cuối	đều – điều

luôn → luôn luôn → Cô ta luôn luôn buồn.

luộm → luộm thuộm → ăn mặc luộm thuộm

biệt → biền biệt → xa nhà biền biệt → biết tiếng Việt

mua → đi mua cua → canh chua → mua cua nấu canh chua

mai → Mai Châu → Mai, chị Thái đi Mai Châu.

yêu → yêu mến → Tôi yêu Việt Nam.

C Phân biệt các âm tiết gần giống nhau: 서로 비슷한 음절 분별

mùa – màu	chúa – cháu
thiu – thêu – thiêu	tin – tên – tiên
bít – bết – biết	mịt – mệt – miệt
cúi – cối – cuối	rùi – rồi – ruồi
xui – xôi – xuôi	bùn – bồn – buồn

D Tập đọc các con số từ 1 đến 10: 1부터 10까지 수 읽기 연습

1 – một	2 – hai	3 – ba	4 – bốn	5 – năm
6 – sáu	7– bảy	8 – tám	9 – chín	10 – mười

Luyện tập từ ngữ và hội thoại (단어와 회화 연습)

A

Hãy điền từ ngữ thích hợp vào chỗ trống: 빈칸을 적합한 단어로 채우시오.

– Đây là ________ gì ?	– Đấy là con chó.
– Kia là ________ gì?	– Kia là cái nhà.
– Đây là ________ ?	– Đây là thầy giáo của tôi.
– Kia là ________ ?	– Kia là chị Lan.

B Luyện tập hội thoại theo mẫu những câu đã học: 학습한 문장들의 문형에 따른 회화 연습

Bản ghi nhớ

Bài 03

Anh là người nước nào?
Chị làm nghề gì?

어느 나라 사람입니까?

직업이 무엇입니까?

Vietnamese Conversation 1

Hội thoại (회화)

A

Hải: Xin lỗi, anh là người nước nào?

John: Tôi là người Mỹ. Còn anh là người nước nào?

Hải: Tôi là người Việt Nam.

B

Mary: Xin lỗi, anh làm nghề gì?

Park: Tôi là kĩ sư. Còn chị, chị làm nghề gì?

Mary: Tôi là bác sĩ.

Park: Chị là người nước nào?

Mary: Tôi là người Úc. Còn anh?

Park: Tôi là người Hàn Quốc.

Từ ngữ (단어)

xin lỗi	미안합니다	người	사람
nước	1. 물 2. 나라	người Mỹ (美)	미국인
người Việt (越)	베트남인	người Úc (澳)	호주인
người Hàn Quốc (韓國)	한국인	quốc tịch (國籍)	국적
nghề (nghiệp, 業)	직업	làm	…을 하다
kĩ sư (技師)	기사(기술자)	bác sĩ (博士)	의사
giáo viên (教員)	선생님	nhà báo (phóng viên) (報)	신문기자
y tá (醫佐)	간호사	sinh viên (生員)	대학생
giáo sư (教授)	교수	người Nga (俄)	러시아인
người Anh (英)	영국인		

Chú giải ngữ pháp (어법 주해-문법 해설)

A "**Anh (chị) là người nước nào?**" dùng để hỏi về quốc tịch. Và "**Tôi (...) là người + tên nước**" dùng để trả lời. :

Để thể hiện sự lịch sự, người Việt thường thêm từ "**xin lỗi**" trước khi hỏi, ví dụ: ***Xin lỗi***, anh làm nghề gì?; ***Xin lỗi***, chị là người nước nào?:

"**Anh (chị) là người nước nào?**" 는 국적을 물을 때 쓰는 표현으며, 대답은 "**Tôi (···) là người** + **국명**"의 형태이다. 정중함을 나타내기 위하여 베트남인은 보통 질문할 때 "**xin lỗi**"를 쓴다.

B "**Anh (chị) làm nghề gì?**" dùng để hỏi về nghề nghiệp. Đôi khi có những cách hỏi khác, ví dụ :

Anh (chị) làm gì?; Nghề nghiệp của anh (chị) là gì? Và "**Tôi (···) là + tên gọi nghề nghiệp**" dùng để trả lời.

"**Anh (chị) làm nghề gì?**"는 직업을 물을 때 쓰는 표현이다. 가끔은 예시처럼 묻는 방법도 있다. 대답은 "**Tôi (···) là** + 직업명"의 형태로 한다.

Luyện tập ngữ âm (어음 연습)

A Luyện phát âm các phụ âm: 자음 발음 연습

Tiếng Việt có 22 phụ âm, được viết bằng các con chữ sau:

b, c (k, q), ch, d (gi), đ, g (gh), h, kh, l, m, n, ng (ngh), nh, p, ph, r, s, t, th, tr, v, x.

Con chữ đặt trong dấu ngoặc đơn và con chữ nằm ngay trước nó là những hình thức chữ viết khác nhau của cùng một âm: 베트남어는 다음과 같이 22개의 자음이 있다. 괄호안의 자음과 그 앞에 있는 자음은 같은 한 음의 다른 표기이다.

B Luyện phát âm các âm tiết: 음절 발음 연습

chứ – chữ	thợ – thở	xả – xã
cả – cử – cửa	sả – sử – sửa	ngả – ngủ – ngửa
đa – đá – đã	hai – hái – hãi	môi – mối – mỗi
vứt – vớt – vướt	xức – xớt – xước	kê – quê – quên
quí – quĩ – quỉ	cá – quát – quạt	hơn – hân – huấn

C Phân biệt các âm tiết gần giống nhau: 서로 비슷한 음절 분별

cau – cao	cháu – cháo	gàu – gào
mái – máy	hai – hay	phải – phẩy
thời – thầy	mới – mấy	gãy – gẩy
gửi – gởi	bởi – bưởi	

D **Tập đọc các con số từ 11 đến 20 (chú ý cách đọc số 15 và 20):**
15-20의 수 읽기 연습(15와 20을 읽을 때 주의)

11 – mười một	12 – mười hai	13 – mười ba	14 – mười bốn
15 – mười lăm	16 – mười sáu	17 – mười bảy	18 – mười tám
19 – mười chín	20 – hai mươi		

Luyện tập từ ngữ và hội thoại (단어와 회화 연습)

A

Hãy điền từ ngữ thích hợp vào chỗ trống: 빈칸을 적합한 단어로 채우시오.

– Chị Lan là ______ ? – Chị Lan là người Việt Nam.

–Chị Lan ______ ? – Chị Lan là bác sĩ.

– Anh ______ khỏe ______ ? – ______ chị, tôi ______

B **Dựa vào thông tin đã cho để trả lời những câu hỏi sau đây:** 보기를 참고하여 아래 질문에 대답하시오.

Mẫu: anh Park – Hàn Quốc – sinh viên

– Đây là ai?

– Đây là anh Park.

– Anh ấy là người nước nào?

– Anh ấy là người Hàn Quốc.

– Anh ấy làm nghề gì?

– Anh ấy là sinh viên.

1) Cô Sara – Mỹ – giáo viên

– Đây là ai?

–

– Cô ấy là người nước nào?

–

– Cô ấy làm nghề gì?

–

2) Ông Richards – Anh – phóng viên

– Đây là ai?

–

– Ông ấy là người nước nào?

–

– Ông ấy làm nghề gì?

–

3) Anh Nam – Việt Nam – kĩ sư

– Đây là ai?

–

– Anh ấy là người nước nào?

–

– Anh ấy làm nghề gì?

–

4) Cô Marina – Nga – y tá

– Kia là ai?

–

– Cô ấy là người nước nào?

–

– Cô ấy làm nghề gì?

–

5) Ông Koh – Singapore – giáo sư

– Kia là ai?

–

– Ông ấy là người nước nào?

–

– Ông ấy làm nghề gì?

–

C Luyện tập hội thoại theo mẫu những câu đã học: 학습한 문장들의 문형에 따른 회화 연습

Bản ghi nhớ

Bài 04

ÔN TẬP 1

복습 1

Vietnamese Conversation 1

A **Hãy điền từ ngữ thích hợp vào chỗ trống:** 빈칸을 적합한 단어로 채우시오.

– Chào ______ (nói với giáo viên nam)

– Chào ______ (nói với giáo viên nữ)

– Chào ______ (nói với một người đàn ông khoảng 35 tuổi)

– Chào ______ (nói với một người đàn ông khoảng 70 tuổi)

– Chào ______ (nói với một người phụ nữ khoảng 30 tuổi)

– Chào ______ (nói với một người phụ nữ khoảng 60 tuổi)

B **Hãy điền từ ngữ thích hợp vào chỗ trống để hoàn chỉnh các đoạn hội thoại:** 대화를 완성하기 위하여 빈칸을 적합한 단어로 채우시오.

1) Cô Hoa (cô giáo) và Lee (nam, sinh viên đại học)

Cô Hoa: Chào ______

Lee: Chào ______ Cô ______ khỏe ______ ?

Cô Hoa: Cám ơn ______ , tôi khỏe. Còn ______ ?

Lee: Cám ơn ______ , ______ khỏe.

2) Cô Hoa (cô giáo) và anh Lee (nam, sinh viên tại chức)

Cô Hoa: Chào ______ .

Anh Lee: Chào ______ . Cô ______ khỏe ______ ?

Cô Hoa: Cám ơn ______ , tôi khỏe. Còn ______ ?

Anh Lee: Cám ơn ______ , ______ khỏe.

3) Cô Hoa (cô giáo) và Kim (nữ, sinh viên đại học)

Cô Hoa: Chào ______ .

Kim: Chào ______ . Cô ______ khỏe ______ ?

Cô Hoa: Cám ơn ______ , tôi khỏe. Còn ______ ?

Kim: Cám ơn ______ , ______ cũng khỏe.

4) Cô Hoa (cô giáo) và cô Kim (nữ, sinh viên tại chức)

Cô Hoa: Chào ______ .

Cô Kim: Chào ______ . Cô ______ khỏe ______ ?

Cô Hoa: Cám ơn ______ , tôi khỏe. Còn ______ ?

Cô Kim: Cám ơn ______ , ______ khỏe.

5) Thầy Việt (thầy giáo) và Lee (nam, sinh viên đại học)

Thầy Việt: Chào ________ .

Lee: Chào ________ . Thầy ________ khỏe ________ ?

Thầy Việt: Cám ơn ________ , tôi bình thường. ________ , em ?

Lee: Cám ơn ________ , ________ cũng khỏe.

6) Thầy Việt (thầy giáo) và anh Lee (nam, sinh viên tại chức)

Thầy Việt: Chào ________ .

Anh Lee: Chào ________ . Thầy ________ khỏe ________ ?

Thầy Việt: Cám ơn ________ , tôi khỏe. Còn ________ thế nào?

Anh Lee: Cám ơn ________ khỏe.

7) Thầy Việt (thầy giáo) và Kim (nữ, sinh viên đại học)

Thầy Việt: Chào ________ .

Kim: Chào ________ . Thầy ________ khỏe ________ ?

Thầy Việt: Cám ơn ________ , tôi khỏe. Còn ________ ?

Kim: Cám ơn ________ khỏe.

8) Thầy Việt (thầy giáo) và cô Kim (nữ, sinh viên tại chức)

Thầy Việt: Chào ______ .

Cô Kim: Chào ______ . Thầy ______ khỏe ______ ?

Thầy Việt: Cám ơn ______ , tôi khỏe. Còn chị, ______ thế nào?

Cô Kim: Cám ơn ______ , ______ cũng khỏe.

9) Anh Lee và anh Park (đồng nghiệp)

Anh Lee: Chào ______ .

Anh Park: Chào ______ . Anh ______ khỏe ______ ?

Anh Lee: Cám ơn ______ , tôi bình thường. Còn ______ ?

Anh Park: Cám ơn ______ , ______ khỏe.

10) Anh Lee và cô Kim (đồng nghiệp)

Anh Lee: Chào ______ .

Cô Kim: Chào ______ . Anh ______ khỏe ______ ?

Anh Lee: Cám ơn ______ , tôi khỏe. Còn chị ______ ?

Cô Kim: Cám ơn ______ , ______ khỏe.

C Nghe giáo viên đọc (văn bản đọc do giáo viên tự soạn) và trả lời câu hỏi: 듣고 질문에 대답하기

A. Người thứ nhất

1) Anh ấy tên là gì?

Anh ấy tên là ______ .

2) Anh ấy làm nghề gì?

Anh ấy là ______ .

3) Anh ấy là người nước nào?

Anh ấy là người ______ .

B) Người thứ hai

1) Cô ấy tên là gì?

Cô ấy tên là ______ .

2) Cô ấy làm nghề gì?

Cô ấy là ______ .

3) Cô ấy là người nước nào?

Cô ấy là người ______ .

D **Nhìn các bức tranh và trả lời câu hỏi (sinh viên dùng từ điển để biết những từ mới cần dùng trong câu trả lời):** 그림을 보고 질문에 대답하기(대답에 쓸 새로운 단어를 알기 위하여 사전을 이용할 수 있음)

1. Đây là con gì?

2. Đây là con gì?

3. Đây là cái gì?

4. Đây là cái gì?

5. Đây là cái gì?

6. Cô ấy làm nghề gì?

7. Anh ấy làm nghề gì?

8. Ông ấy làm nghề gì?

9. Anh ấy làm nghề gì?

10. Anh ấy làm nghề gì?

E Dùng những mẫu câu đã học, từng sinh viên thực hành hội thoại với giáo viên hoặc với sinh viên ngồi bên cạnh: 학습한 문장을 이용하여 학생은 선생님 혹은 옆에 앉아 있는 학생과 대화하기

F Từng sinh viên tự giới thiệu về mình và giới thiệu về người khác theo mẫu sau: 다음 예문에 따라 각자 자신을, 다른 사람을 소개하기

Chào các bạn! Tôi xin tự giới thiệu, tôi tên là Kim Min-su. Tôi là sinh viên. Tôi là người Hàn Quốc.

Xin giới thiệu với các bạn, đây là anh Lee Seung-woo. Anh ấy là bạn của tôi. Anh Lee Seung-woo là sinh viên người Hàn Quốc. Còn đây là chị Hoang Eun-mi. Chị ấy cũng là sinh viên người Hàn Quốc.

Từ ngữ

các	복수를 나타냄	giới thiệu (介紹)	소개
tự giới thiệu	저를 소개하겠습니다	xin giới thiệu	소개하겠습니다
với	…와 함께	anh ấy	그 사람(남자)
chị ấy	그 사람(여자)		

Bản ghi nhớ

Bài 05

Đây có phải là cái bàn không? Chị là bác sĩ phải không?

이것은 칠판입니까?

의사입니까?

Vietnamese Conversation 1

Hội thoại (회화)

A

Park: Đây có phải là cái bàn không?

Kim: Vâng, đây là cái bàn.

Park: Kia có phải là con chó không?

Kim: Không, kia không phải là con chó. Kia là con mèo.

B

Paul: Xin lỗi, chị là bác sĩ phải không?

Eun-mi: Không, tôi không phải là bác sĩ. Tôi là y tá.

Paul: Chị là người Hàn Quốc phải không?

Eun-mi: Vâng, tôi là người Hàn Quốc.

C

Lan: Anh John là người Mỹ phải không?

Nam: Không, anh ấy là người Anh.

Lan: Chị Mary là người nước nào?

Nam: Chị ấy là người Pháp.

Lan: Họ có phải là sinh viên không?

Nam: Vâng, họ đều là sinh viên. Họ là bạn học của tôi. Chúng tôi đều học ở Trường Đại học Ngoại ngữ Hàn Quốc.

Lan: Thế à! Cám ơn anh.

Nam: Không có gì.

Từ ngữ (단어)

có phải là … không?	…입니까?	phải không?	입니까?
không (空)	부정	không phải là	…가 아니다
vâng	예	người Pháp (法)	프랑스인
chúng tôi	우리(청자 제외)	họ	1. 그들 2. 성
đều	모두	bạn học	학교 친구
học (學)	공부하다	ở	1. 어디에 2. …살다
trường (場)	학교	trường đại học (場大學)	대학교
ngoại ngữ (外語)	외국어	thế à	그래요(감탄의 의미)
không có gì	별말씀을		

Chú giải ngữ pháp (어법 주해-문법 해설)

A "**Không phải là**" là dạng phủ định của "**là**" và dạng nghi vấn là: "**có phải là … không?**" hoặc: "**là … phải không?**". Khi trả lời, tiếng Việt thường dùng "**vâng**"/"**phải**" hoặc "không":

"**Không phải là**"는 "**là**"의 부정형이며, "**có phải là … không?**" 혹은 "**là … phải không?**"은 의문문이다. 대답으로 "**vâng**"/"**phải**"는 긍정이며, "**không**"은 부정이다.

B **Đều**" là từ biểu thị sự đồng nhất về tính chất, trạng thái hay hoạt động của nhiều sự vật, hiện tượng :

"**đều**"는 주체의 전체를 포함하는 단어이다.

Luyện tập ngữ âm (어음 연습)

A Chọn từ ngữ thích hợp để điền vào chỗ trống

– Em là sinh viên ________ ?

① không phải ② phải là ③ phải không ④ không là

– Em là sinh viên. Bạn Kim ________ là sinh viên.

① cũng ② đều ③ không ④ cũng / đều

– Chúng em ________ là sinh viên.

① cũng có ② đều ③ phải không ④ không

– Vâng, chúng em ________ Hàn Quốc.

① không phải ② phải là ③ là người ④ không là

– Không, anh ấy ________ người nước ngoài.

① không ② không phải là ③ phải không là ④ phải không

B Sắp xếp các câu sau thành hội thoại: 대화가 완성되도록 아래 문장을 정돈하시오.

a) Xin lỗi. Chị tên là gì?

____

b) Còn anh?

____

c) Tên tôi là Han-na.

____

d) Tôi tên là Dũng. Chị là người Hàn Quốc phải không?

e) Tôi là người Việt Nam.

f) Vâng, tôi là người Hàn Quốc. Còn anh, anh là người nước nào?

C Chọn từ ngữ thích hợp để điền vào chỗ trống

cũng, đều, người, anh Dũng, anh ấy

Em gặp một ______ nước ngoài. Em hỏi tên, quốc tịch và nghề nghiệp. Anh ấy nói, ______ tên là Dũng, Nguyễn Văn Dũng. ______ là người Việt Nam và là sinh viên. Anh ấy cũng hỏi tên và quốc tịch em. Em trả lời, em tên là Eun-mi, Hoang Eun-mi. Em ______ là sinh viên. Anh ấy nói: "Chúng ta ______ là sinh viên".

Từ ngữ

nước ngoài	외국	hỏi	묻다
và	그리고	nói	말하다
trả lời	대답하다	chúng ta	우리(청자 포함)

D **Theo hướng dẫn của giáo viên, luyện đọc các con số lớn hơn 20, đến hàng trăm, nghìn (ngàn), triệu, tỷ:** 선생님의 지도에 따라 20 이상의 수, 백, 천, 백만, 10억의 수 연습

E **Luyện tập hội thoại theo những mẫu câu đã học**

Bản ghi nhớ

Bài 06

Năm nay, chị bao nhiêu tuổi? Chị sinh năm nào?

금년에 몇 살이세요?

몇 년에 태어났습니까?

Vietnamese Conversation 1

Hội thoại (회화)

A

Park: Xin lỗi, năm nay anh bao nhiêu tuổi?

Hải: Năm nay, tôi 36 tuổi.

Park: Còn anh trai anh bao nhiêu tuổi?

Hải: Anh trai tôi 39 tuổi.

B

Eun Mi: Chị ấy sinh năm nào?

Hoa: Chị ấy sinh năm 1956.

Eun Mi: Chị ấy trông trẻ lắm.

Hoa: Tôi cũng nghĩ như vậy.

Eun Mi: Chị ấy có mấy đứa con?

Hoa: Chị ấy có hai đứa con, một (con) trai và một (con) gái.

Từ ngữ (단어)

năm	년	nay	현재, 지금의 시간에 쓰임
năm nay	금년	bao nhiêu	얼마나(10이상)
mấy	얼마나 (10이하)	tuổi	나이
sinh (生)	태어나다	nào	언제
anh (trai)	형, 오빠	trông	안에
trẻ	1. 어린 2. 젊은	lắm	매우
nghĩ	생각하다	như vậy	그처럼
đứa	사람에 쓰는 류사	con	아이
con trai	아들	con gái	딸
đạo diễn (導演)	연출가	diễn viên (演員)	배우
nhân viên (人員)	직원	công ty (公司)	회사
ca sĩ (歌士)	가수	nội trợ (內助)	내조

Chú giải ngữ pháp (어법 주해-문법 해설)

A “**Từ ngữ chỉ người + bao nhiêu + tuổi?**” dùng để hỏi tuổi. Ví dụ: Xin lỗi, năm nay anh bao nhiêu tuổi? : 이는 예시처럼 나이를 물을 때 쓰는 표현이다.

“**Từ ngữ chỉ người + từ ngữ chỉ số + *tuổi***” dùng để nói tuổi. Ví dụ: Năm nay, tôi 50 tuổi : 이는 예시처럼 대답을 할 때 쓰는 표현이다.

“**Mấy**” và “**bao nhiêu**” là những từ dùng để hỏi về số lượng. Với một số lượng ít (thường dưới 10), tiếng Việt dùng “**mấy**” còn với số lượng nhiều, tiếng Việt dùng “**bao nhiêu**” : “**Mấy**”와 “**bao nhiêu**”는 수량에 대한 질문에 쓰는 단어이다. 10 이하의 수량에는 “**mấy**”를, 많은 수량에는 “**bao nhiêu**”를 쓴다.

Khi hỏi về năm sinh, tiếng Việt không dùng “**mấy**” mà dùng từ “**nào**” hay “**bao nhiêu**”: Ví dụ: *Anh sinh năm **nào?**; Anh sinh năm **bao nhiêu?***; … : 예시처럼 출생 년도를 말할 때는 “**mấy**”를 쓰지 않고 “**nào**” 혹은 “**bao nhiêu**”를 쓴다.

B **Lắm**: chỉ mức độ. Từ này thường kết hợp với tính từ và bao giờ cũng đặt sau tính từ, ví dụ: *Chị ấy trông còn trẻ **lắm***. :

“**Lắm**”은 정도부사이며, 예시처럼 언제나 형용사와 결합하여 쓴다.

C **Có**: chỉ sự sở hữu, ví dụ: Chị ấy có hai đứa con :

“**Có**”는 소유를 나타낸다.

Luyện tập ngữ âm (어음 연습)

A **Đặt câu nói về năm sinh và nơi sinh:** 출생연도와 출생지 언급

Mẫu: anh ấy / 1972 / Bu-san

– Anh ấy sinh năm 1972 tại Bu-san.

a) Hải / 1973 / Sài Gòn

b) Hà / 1981 / Đà Nẵng

c) ông ấy / 1938 / Seoul

d) Park / 1980 / Je-ju

e) Mary / 1991 / New York

B **Giới thiệu nhân vật dựa vào thông tin cho dưới đây:** 아래 주어진 통신에 근거한 인물 소개

Mẫu: Mai (nữ) / Việt Nam / 19 tuổi / sinh viên

– Cô Mai là người Việt Nam. Năm nay, cô ấy 19 tuổi. Cô ấy là sinh viên.

a) Bill (nam) / Anh / 41 tuổi / đạo diễn

b) Natasa (nữ) / Nga / 29 tuổi / diễn viên

c) Thomas (nam) / Đức / 51 tuổi / nhân viên công ty

d) Shannon (nữ) / Mỹ / 29 tuổi / ca sĩ

e) Lee (nữ) / Hàn Quốc / 49 tuổi / nội trợ

C Dựa vào thông tin trong bảng dưới đây để nói về tuổi của các nhân vật: 아래 표의 정보에 근거한 인물의 나이 말하기

Mẫu: Cô Lee sinh năm 1972. Năm nay, cô ấy 46 tuổi.

Tên người	Giới tính	Năm sinh
Lee	nữ	1972
Kim	nữ	1965
Park	nam	1930
John	nam	1945
Mai	nữ	1980

D Luyện tập hội thoại theo mẫu những câu đã học

Bản ghi nhớ

Bài 07

Bây giờ là mấy giờ?
Cái này giá bao nhiêu?

지금은 몇시입니까?

이것은 얼마입니까?

Vietnamese Conversation 1

Hội thoại (회화)

A

Park: Bây giờ là mấy giờ?

Hải: Bây giờ là 10 giờ 25 (phút).

Park: Hôm nay là ngày bao nhiêu?

Hải: Hôm nay là ngày 22 tháng 4 năm 2013.

Park: Hôm nay là thứ mấy?

Hải: Hôm nay là thứ Sáu.

B

Anh Kim: Cái đồng hồ này giá bao nhiêu?

Người bán: Cái đồng hồ này giá 2 triệu đồng.

Anh Kim: Chị có thể giảm giá được không?

Người bán: Không anh ạ. Ở đây bán đúng giá.

C

Anh Lee: Cô ơi, cam này bao nhiêu tiền một cân (kg)?

Người bán: 15.000 đồng một cân. Cam tươi, ngon lắm! Anh mua mấy cân?

Anh Lee: Tôi mua 2 cân.

Người bán: 30.000 đồng.

Anh Lee: Xin gửi tiền, cô.

Người bán: Cám ơn anh!

Anh Lee: Chào cô.

Từ ngữ (단어)

bây giờ	지금	giờ	시
phút	분	hôm nay	오늘
hôm qua	어제	ngày mai	내일
ngày	일	tháng	월
thứ Sáu	금요일	đồng hồ (銅壺)	시계
này	이(곳, 것)	giá (價)	가격
đồng (銅)	베트남 화폐단위	giảm giá (減價)	가격을 깍다
ở đây	여기에	bán	팔다
đúng giá	정가	cô	아주머니
cam	귤	tiền (錢)	돈
cân (斤)	근(베트남의 한 근은 1 kg 임)	tươi	신선한
ngon	맛있다	mua	사다
xin gửi tiền	돈 여기 있습니다	trước	이전, 앞
sau	이후, 뒤		

Chú giải ngữ pháp (어법 주해-문법 해설)

A Để hỏi giờ, tiếng Việt dùng "**mấy**": Bây giờ là mấy giờ?; để hỏi về ngày trong tuần hay số ngày trong một tuần cũng dùng "**mấy**": *Hôm nay là thứ mấy?; Một tuần có **mấy** ngày?* Nhưng khi hỏi về ngày trong tháng hay số ngày trong một tháng thì phải dùng "**bao nhiêu**": *Hôm nay là ngày **bao nhiêu?**; Một tháng có **bao nhiêu** ngày?*. Đối với số tháng trong một năm, có thể dùng cả hai, ví dụ: Một năm có bao nhiêu tháng? hoặc: Một năm có mấy tháng? :

시간을 물을 때는 "**mấy**"를 쓴다. 한주의 날이나 기간을 물을 때에도 "**mấy**"를 쓴다. 그러나 한 달의 날이나 기간을 물을 때는 "**bao nhiêu**"를 쓴다. 일년의 달에 대하여 물을 때는 예시처럼 두 가지 다 쓸 수 있다.

B Để hỏi về giá cả, có thể nói: *Cái này giá bao nhiêu?; Cái này bao nhiêu tiền?*. Để trả lời, có thể nói: "**Cái này + số từ chỉ giá**", ví dụ: *Cái này 50.000 (đồng) :*

가격을 묻고 대답할 때의 표현이며, 대답을 할 때는 예시처럼 "**Cái này** + 가격"의 형태이다.

Luyện tập ngữ âm (어음 연습)

A Trả lời các câu hỏi sau

– Năm nay là năm 2004, năm trước là năm nào? Năm sau là năm nào?

– Tháng này là tháng 5, tháng trước là tháng mấy? Tháng sau là tháng mấy?

– Hôm nay là ngày mồng 4, hôm qua là mồng mấy? Ngày mai là mồng mấy?

– Hôm nay là thứ Hai, hôm qua là thứ mấy? Ngày mai là thứ mấy?

Lưu ý: Từ ngày 1 đến ngày 10 có thể thêm "**mồng**": mồng một, hai, ba → mồng mười. 유의: 1–10 일까지는 수 앞에 "**mồng**"을 붙임.

B Chọn và điền các từ thích hợp vào chỗ trống

– Hôm qua là mồng sáu, hôm nay là mồng mấy?

① mồng tám ② mồng bảy ③ mồng chín ④ mồng năm

– Tháng này là tháng mười, tháng sau là tháng mấy?

① tháng mười một ② tháng chín ③ tháng tám ④ tháng mười hai

– Ngày mai là thứ Tư, hôm qua là thứ mấy?

① thứ Hai ② thứ Ba ③ Chủ Nhật ④ hứ Năm

– Năm sau là năm 2005, năm trước là năm nào?

① năm 2006 ② năm 2003 ③ năm 2004 ④ năm 2007

C Đọc lại bài hội thoại và trả lời các câu hỏi sau

a) – Anh Kim mua gì?
 – Cái đó giá bao nhiêu?
 – Người bán có giảm giá không?

b) – Anh Lee mua gì?
 – Bao nhiêu tiền một cân?
 – Anh ấy mua mấy cân?
 – Hai cân cam bao nhiêu tiền?

D Đọc văn bản sau đây rồi giới thiệu về gia đình của bạn theo cách tương tự

Chào các bạn! Tôi tên là Sin Mi-lan, năm nay 20 tuổi. Tôi là sinh viên.

Xin giới thiệu về gia đình tôi. Gia đình tôi có 5 người: bố tôi, mẹ tôi, anh tôi, chị tôi và tôi. Năm nay, bố tôi 65 tuổi, mẹ tôi 62 tuổi. Anh tôi 32 tuổi, còn chị tôi 28 tuổi. Anh tôi là nhân viên công ty, còn chị tôi là bác sĩ.

Anh tôi có vợ và một con gái. Vợ của anh tôi tên là Kim. Chị Kim năm nay 28 tuổi. Con gái của anh chị năm nay 4 tuổi.

Từ ngữ

gia đình (家庭)	가정	bố	아버지
mẹ	어머니	chị (gái)	누나, 언니
vợ	아내		

Bài 08

Anh đang làm gì?

무엇을 하십니까?

Vietnamese Conversation 1

Hội thoại (회화)

A

Kim: A-lô, chào anh Lee, anh đang làm gì?

Anh Lee: Chào Kim, anh đang xem ti vi.

Kim: Anh đang xem phim phải không?

Anh Lee: Không, anh đang xem chương trình thời sự.

B

Kim: Chị về nhà lúc mấy giờ?

Chị Sin: Khoảng 8 giờ 15 phút.

Kim: Ngày mai là thứ Bảy, chị sẽ nghỉ ở nhà, phải không?

Chị Sin: Không, công ty chị thứ Bảy vẫn làm việc.

Kim: Còn Chủ nhật thế nào?

Chị Sin: Chủ nhật, chị sẽ nghỉ ở nhà.

Từ ngữ (단어)

xem	보다	ti vi	텔레비전
phim	영화	chương trình (章程)	프로그램
thời sự (時事)	시사	về, về nhà	귀가하다
lúc (mấy giờ)	몇시에	khoảng	대략
thứ Bảy	토요일	nghỉ	쉬다
ở	1. 살다 2. 어디에 3. …에 있다	vẫn	여전히
làm việc	일하다	Chủ nhật (主日)	주일
tuần (晝)	주	thư viện (書院)	도서관
buổi sáng	아침	buổi trưa	점심
buổi chiều	오후	buổi tối	저녁
ban đêm	야간	hàng ngày	매일
đi	가다	đi đâu?	어디를 가세요?
rồi	동작의 완료를 나타냄	ban ngày	주간

Chú giải ngữ pháp (어법 주해-문법 해설)

A "**Đã**", "**đang**", "**sẽ**" là những từ chỉ thời gian. "**Đã**" thường chỉ sự xuất hiện một trạng thái mà trước đó chưa có, ví dụ: Bây giờ bố tôi đã già (rồi) (trước đây bố tôi còn trẻ), hay biểu thị ý nghĩa hiện tại hoàn thành như hình thái present perfect trong tiếng Anh, ví dụ: Rồi, nhà tôi đã về (rồi) (nên bây giờ nhà tôi có mặt ở nhà); Tôi đã ăn sáng (rồi) (nên tôi đang no). Thông thường "**đã**" được dùng với "**rồi**". "**Đang**" biểu thị ý nghĩa tiếp diễn như hình thái continuous trong tiếng Anh, ví dụ: Tôi đang xem ti vi. "**Sẽ**" thường biểu thị ý nghĩa tương lai, ví dụ: Chủ nhật, tôi sẽ nghỉ ở nhà :

"**đã**", "**đang**", "**sẽ**"는 시간을 가르키는 단어들이다. 이중 "**đã**"는 예시처럼 과거의 시제에 쓴다. 일반적으로 "**đã**"는 "**rồi**"와 함께 쓴다. "**đang**"은 영어의 현재진행형처럼 계속 진행되고 있음을 의미한다. "**sẽ**"는 예시처럼 미래를 의미한다.

B "**Khoảng, độ, chừng**" là những từ chỉ số lượng gần bằng (xấp xỉ), không chính xác. Chúng có thể kết hợp với nhau: ***khoảng độ, độ khoảng, độ chừng, khoảng độ chừng, độ chừng khoảng***, … Ví dụ: *Anh ấy khoảng 20 tuổi* :

"**Khoảng, độ, chừng**"는 예상되는, 정확하지 않은 수량을 나타낼 때 쓰는 단어들이다. 이들은 **khoảng độ, độ khoảng, độ chừng, khoảng độ chừng, độ chừng khoảng,** …과 같은 형태로 결합할 수 있다.

Luyện tập ngữ âm (어음 연습)

A Đọc các từ ngữ sau

buổi sáng + hôm nay → buổi sáng hôm nay → sáng nay

buổi sáng + hôm qua → sáng hôm qua → sáng qua

buổi trưa + hôm qua → trưa hôm qua → trưa qua

buổi chiều + hôm qua → chiều hôm qua → chiều qua

buổi tối + hôm qua → tối hôm qua → tối qua

đêm + hôm qua → đêm hôm qua, đêm qua

tuần + này – trước – sau → tuần này, tuần trước, tuần sau

tháng + này – trước – sau → tháng này, tháng trước, tháng sau

năm + nay – trước – sau → năm nay, năm trước (năm ngoái), năm sau

hàng + ngày, tuần, tháng, năm → hàng ngày, hàng tuần, hàng tháng, hàng năm

Tiếp tục với

buổi sáng + hôm nay →

buổi trưa + hôm nay →

buổi chiều + hôm nay →

buổi tối + hôm nay →

đêm + hôm nay →

buổi sáng + ngày mai →

buổi trưa + ngày ma →

buổi chiều + ngày mai →

buổi tối + ngày mai →

đêm + ngày mai →

B Thực hành hội thoại theo mẫu

a) – Hôm qua em đi đâu?

– Hôm qua em ở nhà.

b) – Bây giờ em đang ở đâu?

– Bây giờ, em đang ở trường.

c) – Ngày mai em (sẽ) đi đâu?

– Ngày mai em (sẽ) đi thư viện.

C Điền từ ngữ thích hợp vào chỗ trống trong bài sau

Em ________ là Sin Mi-lan. Năm nay, em 19 ________. Gia đình em ở Seoul. Bây giờ em đang ________ sinh viên. Em đang học tiếng Việt ở ________ Tiếng Việt, Trường Đại học Ngoại ngữ Hàn Quốc.

Một tuần, em ________ tiếng Việt từ thứ Hai đến ________ Sáu. Thứ Bảy và Chủ nhật, em nghỉ, học ________ nhà hoặc ở thư viện của trường.

Hàng ngày, em ngủ dậy ________ 7 giờ. Em đến trường lúc 9 giờ kém 15.

Còn buổi ________, em đi ngủ lúc 11 giờ 30 ________ 12 giờ.

Từ ngữ

khoa (科)	학과	tiếng Việt	베트남어
gặp	만나다	câu lạc bộ (俱樂部)	구락부(클럽)
dậy (thức dậy /ngủ dậy)	일어나다	đi ngủ	잠자러 가다
ăn sáng	아침을 먹다	ăn trưa	점심을 먹다
ăn tối	저녁을 먹다	hoặc (惑)	혹은
thường (常)	보통, 평상시	dạy	가르치다
gọi điện (電)	전화하다	cho	1. 주다 2. 생각하다 3. …에게

D Chọn từ ngữ thích hợp nhất để điền vào chỗ trống

– Ngày mai, chúng tôi ______ đi học ở thư viện.

① đã ② sẽ ③ đang ④ rồi

– Hôm qua, chị ______ đi đâu?

① sẽ ② rồi ③ đã ④ đang

– Bây giờ, chúng em ______ học tiếng Việt.

① rồi ② sẽ ③ đang ④ đã

– Hàng ngày, em đi ngủ ______ 11 giờ rưỡi.

① lúc ② đã ③ cũng ④ tại

– Chúng em đang học ______ ở Trường Đại học Ngoại ngữ Hàn Quốc.

① tiếng Việt ② khoa ③ thư viện ④ tại

– Chiều qua, em gặp bạn em ______ câu lạc bộ.

① ở ② học ③ sống ④ về

E Đọc hội thoại và trả lời những câu hỏi sau

– Ai gọi điện cho anh Lee?

– Anh Lee đang làm gì?

– Chị Kim đang gọi điện cho ai? Chị ấy hỏi gì?

– Chị Sin là ai?

– Chị Sin về nhà lúc mấy giờ?

– Thứ Bảy, chị Sin đi đâu? Chủ nhật, chị ấy làm gì?

F Trả lời các câu hỏi sau

– Hàng ngày em đi ngủ lúc mấy giờ? Em (thức) dậy lúc mấy giờ?

– Hàng ngày em đến trường lúc mấy giờ?

– Hàng ngày em ăn sáng, ăn trưa, ăn tối ở đâu?

– Ngày nghỉ em làm gì? Em thường đi đâu?

– Em đang học gì ở trường đại học?

– Ai đang dạy em tiếng Việt?

Bài 09

Em quê ở đâu?
Em có đi ăn trưa với anh không?

고향이 어디니?

나와 점심을 먹으러 갈래?

Vietnamese Conversation 1

Hội thoại (회화)

A

Anh Park: Xin lỗi, em là sinh viên phải không?

Hải: Vâng, còn anh?

Anh Park: Anh cũng là sinh viên. Anh đang học ở Khoa Tiếng Việt.
Anh là sinh viên năm thứ ba. Em là sinh viên năm thứ mấy?

Hải: Em là sinh viên năm thứ nhất, Khoa Luật.

Anh Park: Em quê ở đâu?

Hải: Em quê ở Hà Nội.

Anh Park: Ở Seoul, em sống với ai?

Hải: Em đang sống với một bạn sinh viên Việt Nam.
Bạn ấy là sinh viên Khoa Tiếng Anh.

B

Anh Kim: Bây giờ là 12 giờ. Em có đi ăn trưa với anh không?

Lee: Dạ có. Chúng ta đi ăn ở đâu, anh?

Anh Kim: Em thích ăn gì? Mì hay cơm?

Lee: Sáng nay, em đã ăn mì rồi.
Bây giờ, em muốn ăn cơm.

Anh Kim: Anh cũng không thích ăn mì.

Lee: Thế thì chúng ta sẽ đi ăn cơm!

Từ ngữ (단어)

quê	고향	với	…와 함께
với ai?	…와 함께?	năm thứ nhất	1학년
năm thứ ba	3학년	luật (律)	법
sống	살다	bạn ấy	그 친구
tiếng Anh (英)	영어	muốn	원하다
ăn	먹다	thích (適·釋)	좋아하다
mì	밀	hay	1. 혹은 2. 재미있는
cơm	밥	thế thì, vậy thì	그렇다면
biết	알다	đọc	읽다
viết	쓰다	báo (報)	말하다
sách (册)	책	nghe	듣다
uống	마시다	cà phê	커피
phở	베트남국수	chè, trà	차
du lịch (遊歷)	여행	sữa	우유

Chú giải ngữ pháp (어법 주해-문법 해설)

A "**Có** … **không?**" là câu hỏi dùng để hỏi về sự tồn tại của hành động, tính chất, trạng thái. Khi trả lời thường sử dụng: "**có**" hoặc "**không**" để khẳng định hoặc phủ định :

"**Có** … **không?**"은 행동, 성질, 상태 등의 존재를 묻는 표현이다. 대답은 긍정으로 "**có**", 부정으로 "**không**"이다.

Ví dụ
– Hôm qua em có học tiếng Việt không?
– Có, hôm qua em có học tiếng Việt.
– Không, hôm qua em không học tiếng Việt.

B "**Với** (**với ai**?)" được dùng như giới từ hoặc liên từ biểu thị quan hệ cùng hành động giữa hai hay nhiều chủ thể :

"**Với** (**với ai**?)"는 둘 혹은 다수의 주체와 같은 행동 관계를 나타내며, 계사 혹은 연결사처럼 쓰인다.

Ví dụ
*– Hôm qua em đi ăn trưa **với** bạn em.*
*– Em **với** bạn em cùng đi Việt Nam.*

C "**Muốn, thích**" là những động từ thể hiện sự ước mong, ý muốn của con người. Cả hai động từ này thường đòi hỏi động từ đi kèm: *muốn làm gì?; muốn đi đâu?; thích làm gì?; thích đi đâu?*. "**Thích**" còn có thể kết hợp với danh từ, còn "**muốn**" thì ít khi kết hợp với danh từ và thường mang ý nghĩa khác :

"**muốn, thích**" 은 무엇을 원하거나 좋아함을 표현할 때 쓰는 단어들이다. 이들은 "**muốn làm gì?, muốn đi đâu?, thích làm gì?, thích đi đâu?**"의 형태처럼 동사와 함께 쓴다. 이중 "**thích**"은 명사와 결합할 수도 있으며, 의문문은 "**thích cái gì?**", "**thích ai?**" 형태이다. 그러나 "**muốn**"은 명사와의 결합이 매우 제한적이며, 이 경우 다른 의미를 갖는다.

Ví dụ
- *Chúng em **thích** đi Việt Nam.*
- *Họ không **thích** cà phê.*
- *Các bạn ấy **muốn** nói chuyện với em.*
- *Anh ấy **thích** chị Lee.*

Các động từ này thường đi với các từ chỉ mức độ: **hơi, khá, rất**: "**muốn, thích**" 은 "**hơi, khá, rất**" 등과 같은 정도부사와 함께 한다.

Ví dụ
- *Buổi sáng, em **rất thích** uống cà phê.*
- *Chúng em **rất muốn** đi Việt Nam.*

Luyện tập ngữ âm (어음 연습)

A Thực hành hội thoại theo mẫu

Mẫu: – Em có biết tiếng Việt không?

– Có, em biết tiếng Việt.

– Không, em không biết tiếng Việt.

Tiếp tục với: nghe – nhạc

ăn – phở

uống – sữa

học – ở thư viện

thích – uống – cà phê

thích – đọc – báo

muốn – đi – ăn trưa

muốn – đi – du lịch

Mẫu: – Tối nay em đi xem phim với ai?

– Tối nay em đi xem phim với bạn em.

Tiếp tục với: học – tiếng Việt

sống – ở Seoul

đi – thư viện

đi – ăn trưa

đi – du lịch

B Đọc hội thoại và các trả lời câu hỏi sau

– Anh Park đã gặp ai?

– Anh Park là sinh viên năm thứ mấy? Anh ấy học ở đâu?

– Hải là sinh viên năm thứ mấy?

– Hải đang học gì? Bạn ấy học ở đâu?

– Bây giờ, ở Seoul, Hải đang sống với ai?

– Anh Kim và Lee đi đâu?

– Buổi sáng, Lee đã ăn gì rồi?

– Lee thích ăn gì? Anh Kim thích ăn gì?

C Chọn từ ngữ thích hợp để điền vào chỗ trống

– Hàng ngày, em đi học ______ bạn em.

① với ② cũng ③ đều ④ và

– Người Việt Nam rất thích ăn ______

① cà phê ② nước ③ phở ④ sữa

– Buổi tối, bố mẹ em rất ______ xem ti vi.

① thích ② làm ③ đọc ④ nghe

– Tôi không muốn nói chuyện ______ anh ấy.

① với ② ở ③ và ④ của

– Chúng em không thích làm quen ______ chị ấy.

① của ② và ③ với ④ ở

– Em có thích học tiếng Việt ______ ?

① không ② đã ③ rồi ④ chưa

D Điền từ ngữ thích hợp vào chỗ trống

– Tôi rất thích uống cà phê. Bạn tôi ______ rất thích uống cà phê. ______, chúng tôi ______ rất thích ______ cà phê.

– Em là sinh viên Khoa Tiếng Việt. Bạn em ______ là sinh viên Khoa Viếng Việt. Chúng em ______ là sinh viên ______ Tiếng Việt.

– Anh Kim là bác sĩ. Vợ anh ấy ______ là bác sĩ. Họ ______ là bác sĩ.

– Em tên là Han-na. Bạn em ______ tên là Han-na. Chúng em ______ tên là Han-na.

– Các bạn ______ thích đi ______ nhạc ______ ?

– Các bạn ______ muốn đi ______ trưa ______ mình ______ ?

Bản ghi nhớ

Bài 10

ÔN TẬP 2

복습 2

Vietnamese Conversation 1

A Đọc các bài dưới đây, sau đó thực hành giới thiệu về bản thân

a

Chào các bạn. Tôi tên là Lee Nam-sung. Năm nay, tôi mười chín tuổi. Tôi là sinh viên năm thứ nhất, Khoa Tiếng Việt, Trường Đại học Ngoại ngữ Hàn Quốc.

Tôi quê ở Bu-san. Ở Seoul, tôi sống với chị gái tôi. Chị ấy đã tốt nghiệp đại học và đang tìm việc làm ở Seoul.

Hàng ngày, tôi dậy lúc 7 giờ. Sau khi đánh răng, rửa mặt, tôi ăn sáng và đi đến trường. Một tuần, tôi học ở trường 5 ngày. Thứ Bảy và Chủ nhật, tôi nghỉ ở nhà.

Tôi thích đọc sách, nghe nhạc và chơi thể thao.

b

Gia đình tôi có 4 người: bố mẹ tôi, anh trai tôi và tôi. Năm nay bố tôi 54 tuổi, mẹ tôi 51 tuổi. Anh trai tôi 24 tuổi, còn tôi 20 tuổi. Chúng tôi đều là sinh viên. Anh tôi đã đi nghĩa vụ quân sự rồi, nhưng tôi thì chưa.

Bố tôi là nhân viên công ty, còn mẹ tôi là nội trợ. Hàng ngày, bố tôi đến công ty. Tôi và anh tôi đến trường. Còn mẹ tôi ở nhà. Chúng tôi về nhà lúc 7 giờ hoặc 8 giờ tối. Sau khi ăn tối, chúng tôi xem ti-vi hoặc nghe nhạc. Gia đình tôi thường đi ngủ lúc 11 giờ hoặc 11 giờ rưỡi.

Từ ngữ

tốt nghiệp (卒業)	졸업	tìm	찾다
việc làm	할 일, 일자리	đánh răng	이를 닦다
rửa mặt	세수하다	đọc sách (冊)	책을 읽다
nghe nhạc (樂)	음악을 듣다	chơi thể thao (體操)	체조하다
nghĩa vụ quân sự (義務軍事)	국방의무	cuối tuần	주말
siêu thị (超市)	슈퍼마켓, 마트		

B Thực hành hội thoại theo mẫu sau

a **Mẫu:** – Chị ấy tên là gì? → Chị ấy tên là Su-mi.

– Em có biết chị ấy tên là gì không? → Có ạ. Chị ấy tên là Su-mi.

Tiếp tục với: – Ông Obama là người nước nào?

– Chị ấy đang làm gì?

– Ông Ban Ki-moon làm việc ở đâu?

– Cô No Sa-yeon làm nghề gì?

– Đây là ai?

– Đây là cái gì?

– Chị ấy đang đi đâu?

– Chị ấy đang học tiếng Việt ở đâu?

– Anh ấy thích làm gì?

– Chị ấy muốn đi đâu?

– Họ đang học tiếng Việt với ai?

b **Mẫu:** hôm qua – thư viện – bạn

– Hôm qua em đi đâu?

– Hôm qua em đi thư viện.

– Hôm qua em đi thư viện với ai?

– Hôm qua, em đọc sách ở thư viện với bạn em.

Tiếp tục với: thứ bảy tuần trước – siêu thị – chị

ngày mai – quê – bố mẹ

C Thực hành hội thoại dựa trên các câu hỏi gợi ý sau

– Ngày mai em (sẽ) đi đâu? Em đi với ai?

– Cuối tuần trước em làm gì? Ở đâu? Với ai?

– Cuối tuần này em (sẽ) làm gì? Ở đâu? Với ai?

D Đọc hội thoại sau rồi trả lời câu hỏi

Chị Kim : Xin chào chị!

Chủ quán : Chào chị, chào anh.

Anh chị uống gì ạ?

Chị Kim : Cho một chanh đá.

Anh Park : Và một cà phê sữa đá.

Chủ quán : Xin anh chị chờ cho một lát.

***

Chủ quán : Nước chanh và cà phê sữa của anh chị đây!

Chị Kim : Cám ơn chị!

Anh Park : Bao nhiêu tiền tất cả ạ?

Chủ quán : Dạ, 50.000 (đồng) ạ.

Từ ngữ:

chủ quán (主館) : 상점 등의 주인

cà phê sữa : 우유 커피

nước chanh : 레몬쥬스

đá : 1. 얼음 2. …을 차다

cho, cho tôi : 나에게

trả tiền (錢) : 돈을 지불하다

tất cả : 모두, 모든

Bao nhiêu tiền tất cả ạ? : 모두 얼마입니까?

Xin (anh chị) chờ một lát (đợi một chút) : 잠시만 기다리세요

Câu hỏi:

– Anh Park và chị Kim đi đâu?

– Anh Park muốn uống gì? Chị Kim muốn uống gì?

– Giá tất cả là bao nhiêu?

– Ai đã trả tiền?

E Đặt câu hỏi thích hợp cho những câu trả lời sau

– Tên tôi là Lee Nam-sung. →

– Tôi là người Hàn Quốc. →

– Bây giờ, tôi đang là sinh viên. →

– Tôi là sinh viên năm thứ nhất. →

– Năm nay tôi 21 tuổi. →

– Tôi đang học tiếng Việt. →

– Gia đình tôi sống ở thành phố Bu-san. →

– Bây giờ tôi đang sống ở Seoul với chị tôi. →

– Hôm qua, tôi và bạn tôi đi thư viện. →

– Tôi đang học tiếng Việt ở trường đại học Ngoại ngữ Hàn Quốc. →

– Thứ Bảy và Chủ nhật chúng tôi nghỉ và học ở nhà. →

– Hôm nay là thứ Sáu. →

– Ngày mai là ngày 21 tháng 5. →

– Tháng này là tháng Sáu. →

– Không, tôi không biết tiếng Pháp. →

– Vâng, chị tôi đang tìm việc làm ở Seoul. →

– Cái này giá 30.000 đồng. →

Bản ghi nhớ

Bài 11

Em đã ăn tối chưa?
Em đến đấy để làm gì?

저녁 밥을 먹었니?

무엇을 하려고 그곳에 갔느냐?

Vietnamese Conversation 1

Hội thoại (회화)

A

Anh Park: Em đã ăn tối chưa?

Han-na: Chưa, anh ạ.

Anh Park: Em có thích đi ăn với anh không?

Han-na: Có! Chúng ta đi ăn ở đâu, anh?

Anh Park: Bây giờ, em thích ăn gì?

Han-na: Em thích ăn gà hầm sâm.

Anh Park: Anh cũng thích món này.

B

Han-na: Chiều qua, em đi đâu, Eun-mi?

Eun-mi: Chiều qua, em đi trung tâm thành phố.

Han-na: Em đến đấy để làm gì?

Eun-mi: Em đi trung tâm thành phố để mua từ điển.

Han-na: Em muốn mua từ điển gì?

Eun-mi: Em muốn mua từ điển Việt – Hàn.

Han-na: Thế, em đã mua được chưa?

Eun-mi: Chưa được, chị ạ.

Han-na: Vậy thì, em đừng mua nữa. Chị có hai quyển từ điển Việt – Hàn. Chị sẽ tặng em một quyển.

Từ ngữ (단어)

những	복수를 나타냄	các	복수를 나타냄
gà	닭	sâm (蔘)	인삼
gà hầm sâm	삼계탕	món, món ăn	음식
quyển (cuốn)	책에 쓰는 류사	sách (册)	책
trung tâm (中心)	중심, 센터	thành phố (城舖)	도시
từ điển (辭典)	사전	mua được	샀다
thế, vậy	그럼	thế thì, vậy thì	그렇다면
tặng (贈)	증정하다	được chưa?	…했어요?
chưa được	아직 …하지 않았다(부정문)	giỏi	좋은, 잘하는
tìm hiểu (曉)	이해하다	văn hóa(文化)	문화
nói chuyện	이야기하다	thăm	방문하다
để làm gì?	무엇을 하려고?	mua sắm	물건을 구입하다
đi chơi	놀러가다		

Chú giải ngữ pháp (어법 주해-문법 해설)

A "**... đã ... chưa?**" là cấu trúc để hỏi hành động, trạng thái xảy ra, xuất hiện rồi hay chưa. Khi trả lời, nói "**rồi**" nếu hành động, trạng thái đã xảy ra, xuất hiện; và "**chưa**" nếu hành động, trạng thái chưa xảy ra, xuất hiện :

"**... đã ... chưa?**" 는 발생 혹은 미발생 행동이나 상태의 유무를 물을 때 쓰는 표현이다. 대답은 긍정으로 "**rồi**", 부정으로 "**chưa**"이다.

Ví dụ
– Các sinh viên **đã** đến **chưa**?
– **Chưa**, họ **chưa** đến. / – **Rồi**, họ (đã) đến **rồi**.

B "**Những, các**" là những từ biểu thị số nhiều của danh từ. Nhiều trường hợp "**những**" và "**các**" được dùng giống nhau, có thể thay thế cho nhau, ví dụ :

Ví dụ
– **Các** sinh viên của tôi nói tiếng Việt rất giỏi.
– **Những** sinh viên của tôi nói tiếng Việt rất giỏi.

"**Những, các**"은 수량이 많음을 나타내는 단어이다. 많은 경우 "**những**"과 "**các**"은 같이 쓰이거나 예시처럼 서로 바꾸어 쓸 수도 있다.

Nhưng có nhiều trường hợp cách dùng hai từ rất khác nhau, ví dụ chỉ nói: Chào các em; *Chào **các** anh; Chào **các** ông bà. Không nói: *Chào **những** em; *Chào **những** anh; *Chào **những** ông bà. Có thể nói: **Các** sinh viên đã đến;* Nhưng không nói: ***Những** *sinh viên đã đến*, vì chưa thành câu. Nếu trước danh từ (như "sinh viên") có dùng "**những**" thì sau danh từ phải có ít nhất một từ bổ nghĩa cho nó, ví dụ: ***Những** sinh viên **của tôi** đã đến.* :

그러나 서로 다르게 이들을 쓰는 경우가 많다. "*Chào **các** em; Chào **các** anh; Chào **các** ông bà.*"의 형태로는 말할지라도 "*Chào **những** em; Chào **những** anh; Chào **những** ông bà.*"의 형태로는 말하지 않는다. "***Các** sinh viên đã đến.*"의 형태로는 말할 수 있어도 미완성의 문장이기 때문에 "***Những** sinh viên đã đến.*"의 형태로는 말하지 않는다. 만약 학생과 같은 명사 앞에 "**những**"을 쓴다면 명사 다음에는 예시처럼 적어도 그를 위한 하나의 보어가 있어야 한다.

C "…**để làm gì?**" là câu hỏi về mục đích của hành động. Sau "**để**" thường là một động từ (ngữ động từ) thể hiện mục đích : "…**để làm gì?**"는 행동의 목적을 물을 때 쓰는 표현이다. "để"다음에는 목적을 나타내는 한 개의 동사가 온다.

Ví dụ
- *Các em đi Việt Nam **để làm gì?***
- *Chúng em đi Việt Nam **để học tiếng Việt.***
- *Anh ấy muốn gặp chị ấy **để làm gì?***
- *Anh ấy muốn gặp chị ấy **để nói chuyện.***

D "**Đừng**" dùng để tạo câu cầu khiến, yêu cầu ai không làm điều gì đó: "**Đừng**"은 누구에게 그 무엇을 하지 말 것을 요구할 때 쓴다. Ví dụ:

Ví dụ *Em **đừng** mua từ điển nữa!*

Thực hành hội thoại

A Đặt câu hỏi có dùng "đã … chưa" hay "có … không" và trả lời

Mẫu: đi Việt Nam

– Em đã đi Việt Nam chưa?
– Chưa, em chưa đi Việt Nam.
– Rồi, em đã đi Việt Nam rồi.

– Em có đi Việt Nam không?
– Không, em không đi Việt Nam.
– Có, em sẽ đi Việt Nam.

Tiếp tục với: gặp thầy
ăn cơm
đi Bu-san
biết tiếng Việt
uống cà phê

B Đặt câu hỏi có dùng "để làm gì?" và trả lời

Mẫu: học tiếng Việt – tìm hiểu về Việt Nam

– Em học tiếng Việt để làm gì?
– Em học tiếng Việt để tìm hiểu về Việt Nam.

Tiếp tục với: gặp anh ấy – nói chuyện
đi Việt Nam – du lịch
về quê – thăm gia đình
đi siêu thị – mua sắm
đến thư viện – gặp bạn

C Đặt 5 câu cầu khiến có dùng từ "đừng"

D Đọc lại bài hội thoại và trả lời các câu hỏi

– Anh Park và Han-na đi đâu?

– Han-na thích ăn gì?

– Anh Park có thích món gà hầm sâm không?

– Han-na đã gặp và nói chuyện với Eun-mi phải không?

– Chiều qua, Eun-mi đi đâu?

– Eun-mi đi trung tâm thành phố để làm gì?

– Eun-mi muốn mua từ điển gì? Cô ấy có mua được không?

– Han-na có mấy quyển từ điển Việt – Hàn?

– Han-na sẽ tặng Eun-mi cái gì?

E Đặt câu hỏi cho các phần gạch dưới

– Chúng tôi học tiếng Việt <u>để tìm hiểu văn hóa Việt Nam</u>.

– <u>Rồi</u>, cô ấy <u>đã đi Việt Nam rồi</u>.

– Các bạn ấy đi Việt Nam <u>để học tiếng Việt</u>.

– Tôi đi thư viện <u>với bạn tôi</u>.

– Chúng em muốn đi du lịch <u>ở Việt Nam</u>.

– Chủ nhật này, em sẽ đi chơi <u>với bạn em</u>.

– <u>Có</u>, em <u>có biết ông ấy</u> ạ.

– Buổi sáng, em thích uống <u>cà phê</u>.

Bài 12

Hôm nay thời tiết thế nào?

오늘은 날씨가 어떻습니까?

Vietnamese Conversation 1

Hội thoại (회화)

A

Park: A-lô, Mai đấy phải không?

Mai: Vâng, em đây. Có việc gì đấy anh?

Park: Tuần sau, gia đình anh sẽ đi Việt Nam du lịch.
Vì thế, anh muốn hỏi em, bây giờ thời tiết ở Hà Nội thế nào?

Mai: Dạo này, thời tiết ở Hà Nội hơi nóng, anh ạ.

Park: Thế còn ở vịnh Hạ Long?

Mai: Ở vịnh Hạ Long, thời tiết đẹp hơn, không nóng bằng Hà Nội.

Park: Nghe nói vào mùa hè, nhiều du khách
đi nghỉ ở vịnh Hạ Long phải không em?

Mai: Đúng thế, anh ạ. Mùa hè khách đến du lịch Hạ Long đông lắm.

Park: Hè này em có về nước nghỉ hè không?

Mai: Dạ không. Em còn bận ôn thi.

B

Anh Park, anh Lee và chị Kim là bạn của nhau. Anh Park và anh Lee bằng tuổi nhau. Còn chị Kim ít hơn hai anh 1 tuổi. Chị Kim sinh năm 1982.

Anh Park cao nhất nhưng gầy. Còn anh Lee cao 1m70 và hơi béo. Chị Kim thấp hơn anh Lee. Chị ấy nặng hơn anh Park và anh Lee. Chị Kim nặng 75kg.

Hiện nay, các anh chị ấy đều đang là sinh viên. Họ còn rất trẻ và vui tính. Bây giờ, họ đang học tiếng Việt ở Hàn Quốc. Tháng sau, họ sẽ đến Việt Nam để thực tập tiếng Việt và đi du lịch.

Từ ngữ (단어)

thời tiết (時節)	날씨	việc	일
du lịch (遊歷)	여행	vì thế	그 때문에
dạo này	요즘	hơi	1. 조금, 약간 2. 수증기
khá	좋다	rất, lắm	매우
nóng	더운	lạnh	차가운
vịnh (灣)	만	đẹp	아름다운
xấu	추한	hơn	…보다 (비교급
bằng	…만큼 (원급)	nhất (一)	가장 (최상급)
mùa	계절	vào	들어가다, 진입하다
mùa hè	여름	khách (du khách)(遊客)	여행객
đi nghỉ	휴가가다	nhiều	많은
ít	조금	đúng	정확한
đông (東)	겨울	về nước	귀국하다
nghỉ hè	여름방학	bận	바쁜
rỗi (rảnh)	한가한	thi (試)	시험을 보다
ôn thi (溫試)	예비시험을 보다	của nhau	서로의
cao (高)	높은	thấp	낮은
béo	살찐, 뚱뚱한	gầy	야윈
nặng	무거운	hiện nay	현재
trẻ	어린, 젊은	già	늙은
vui tính	즐거운, 활달한	thực tập	실습
khó	어려운	dễ	쉬운
cay	매운	hiện đại (現代)	현대
xa	먼	gần	가까운
dài	긴	ngắn	짧은
lớn	큰	nhỏ	작은
tuyết (雪)	눈	mưa	비
thú vị (趣味)	재미있는, 흥미있는	lâu	오랫동안
sớm	이른	muộn (trễ)	늦은

Chú giải ngữ pháp (어법 주해-문법 해설)

A "**Hơi, khá, rất, lắm**" là những từ chỉ mức độ, thường kết hợp với những từ chỉ tính chất, trạng thái có thang độ, ví dụ: ***rất** đẹp, **rất** yêu, **hơi** nóng, **khá** mát*, nhưng không nói: **rất** *sống*, **hơi** *chết*. "**Hơi, khá, rất**" chỉ đứng trước từ mà nó bổ nghĩa, ví dụ: ***rất** đẹp, **rất** yêu, **hơi** nóng, **khá** mát*, còn ***lắm*** thì chỉ đứng sau từ mà nó bổ nghĩa, ví dụ: *đẹp lắm, nóng lắm:*

"**Hơi, khá, rất, lắm**" 은 정도를 나타내는 부사들이다. 이들은 부사나 형용사와 결합하여 쓰지만, 예시 "***rất** sống, **hơi** chết*"의 형태로는 말하지 않는다. 이중 "**hơi, khá, rất**"는 예시처럼 형용사 앞에, "**lắm**"은 형용사 뒤에 쓴다.

B Cấu trúc so sánh có tính từ thường gồm 3 bậc: **ngang/bằng**, **hơn** và **nhất**. Bậc ngang bằng có cấu trúc "**A + tính từ + bằng** (**hoặc** "**như**") + **B**". Đối với các tính từ chỉ những đặc điểm, tính chất có thể đo, đếm, cân được như: cao, nặng, dài, nóng, sâu, rộng,… thì dùng với "**bằng**"; còn đối với những tính từ khác như : đẹp, thông minh, vui, buồn, hiền, … thì thường dùng với "như":

원급, 비교급, 최상급 표현. 원급의 문장 구조는 "**A** + 형용사 + **bằng** (**hoặc** "**như**") + **B**"의 형태이며, 의미는 "A는 B만큼 …하다"이다.

Ví dụ
- *Cô ấy đẹp **như** mẹ cô ấy.*
- *Tôi cao **bằng** bạn tôi.*

So sánh "**hơn**" có cấu trúc "**A + tính từ + hơn + B**": 비교급의 문장 구조는 "**A** + 형용사 + **hơn** + **B**"의 형태이며, 의미는 "A는 B보다 …하다"이다.

Ví dụ
- *Bố tôi già **hơn** mẹ tôi.*
- *Em gái tôi trẻ **hơn** tôi.*

So sánh "**nhất**" có cấu trúc "**A + tính từ + nhất**": 최상급의 문장 구조는"**A** + 형용사 + **nhất**" 의 형태이며, 의미는 "A가 가장 … 하다"이다. Ví dụ:

Ví dụ
– *Trong gia đình tôi, bố tôi* ***già nhất****, còn tôi* ***trẻ nhất****.*
– *Ở đây, chị ấy* ***đẹp nhất****.*

Luyện tập ngữ âm (어음 연습)

A Luyện tập hội thoại theo mẫu

Mẫu: thời tiết – hơi nóng

– Thời tiết hôm nay thế nào?

– Thời tiết hôm nay hơi (khá, rất) nóng.

Tiếp tục với:– Em thấy tiếng Việt thế nào?

– Em thấy mùa hè ở Hàn Quốc thế nào?

– Em thấy cuộc sống ở đây thế nào?

Mẫu: tiếng Việt – rất khó

– Em thấy tiếng Việt có khó không?

– Có ạ, em thấy tiếng Việt rất khó.

– Không ạ, em thấy tiếng Việt không khó. Tiếng Việt rất dễ.

Tiếp tục với:– Chị thấy món ăn Hàn Quốc có cay không?

– Anh thấy Seoul có hiện đại không?

– Quê em có xa không?

– Hôm nay, em có rỗi không?

B Dựa theo mẫu, trả lời các câu hỏi sau

Mẫu:

A + tính từ + **bằng** + **B** → Anh ấy cao bằng chị ấy.

A + tính từ + **như** + **B** → Con gái chị ấy đẹp như chị ấy.

A và **B** + tính từ + **bằng nhau** → Bố tôi và anh tôi cao bằng nhau.

A và **B** + tính từ + **như nhau** → Chị ấy và em gái chị ấy đẹp như nhau.

A + tính từ + **hơn** + **B** → Bạn tôi cao hơn tôi.

A + tính từ + **nhất** → Ông ấy già nhất.

Anh Park cao 1m70. Anh Lee cao 1m73.

Chị Kim cao 1m60. Chị Han-na cũng cao 1m60.

Câu hỏi:

– Anh Park và anh Lee, ai cao hơn?

– Ai là người cao nhất?

– Ai là người thấp nhất?

– Chị Kim và chị Han-na, ai cao hơn?

Tiếp tục trả lời các câu hỏi:

– Ở Hàn Quốc, con sông nào dài nhất? Ngọn núi nào cao nhất?

– Seoul và Bu-san, thành phố nào lớn hơn?

– Ở Hàn Quốc, mùa nào lạnh nhất?

– Theo em, mùa nào đẹp nhất?

– Ở đây, ai nhiều tuổi nhất? Ai ít tuổi nhất?

C Dựa vào thông tin từ hội thoại trên, trả lời những câu hỏi sau

– Anh Park đã gọi điện cho ai? Và nói gì?

– Thời tiết ở Hà Nội thế nào? Còn thời tiết ở vịnh Hạ Long thế nào?

– Hè này, em Mai có về nước nghỉ hè không?

– Anh Park và anh Lee sinh năm nào?

– Anh Park, anh Lee và chị Kim, ai thấp nhất? Ai nhẹ nhất?

– Anh Park, anh Lee và chị Kim đang học gì? Tháng sau họ đến Việt Nam để làm gì?

D Chọn từ ngữ thích hợp để điền vào chỗ trống

– Mùa đông ở Việt Nam không có tuyết, nhưng mưa ______ nhiều.

① lắm ② rất ③ với ④ hơn

– Mùa hè ở Việt Nam nóng ______ ở Hàn Quốc.

① nhất ② hơn ③ giống nhau ④ như nhau

– Mùa đông ở Hàn Quốc lạnh ______ ở Việt Nam.

① nhiều ② ít ③ hơn ④ khác nhau

– Các bạn tôi đều trẻ ______ đẹp.

① và ② nhưng ③ cũng ④ rất

– Tiếng Việt hơi khó ______ rất thú vị.

① và ② nhưng ③ đều ④ cũng

– Thời tiết hôm nay, không nóng ______ không lạnh.

① cũng ② đều ③ bằng ④ hay

E Trả lời các câu hỏi sau

– Bây giờ ở Seoul là 9 giờ sáng. Ở Hà nội là 7 giờ sáng.

→ Seoul sớm hơn Hà Nội mấy tiếng? →

– Anh Park ở Hà Nội 2 tuần. Chị Kim ở Hà Nội 4 tuần.

→ Ai ở Hà Nội lâu hơn? Lâu hơn mấy tuần?

– Bố tôi năm nay 68 tuổi. Mẹ tôi năm nay 66 tuổi.

→ Ai nhiều tuổi hơn? Nhiều hơn mấy tuổi?

– Anh Lee nặng 65kg. Chị Mi-lan nặng 45kg.

→ Ai nặng hơn? Nặng hơn mấy kg?

F Đọc các thông tin cho dưới đây rồi trả lời các câu hỏi

STT	Tên	Năm sinh	Chiều cao	Cân nặng
1	Chị Kim	1982	1m60	56kg
2	Anh Park	1980	1m75	68kg
3	Anh Lee	1980	1m78	71kg
4	Chị Han-na	1984	1m63	59kg
5	Em Mi-lan	1985	1m58	52kg

– Chị Kim sinh năm nào? Năm nay chị ấy bao nhiêu tuổi?

– Em Mi-lan sinh năm nào? Năm nay em ấy bao nhiêu tuổi?

– Anh Lee cao bao nhiêu và nặng bao nhiêu?

– Anh Park và chị Han-na, ai nhiều tuổi hơn? Nhiều hơn mấy tuổi?

– Trong những người này, người nào nhiều tuổi nhất? Người nào ít tuổi nhất? Ai nặng nhất? Ai cao nhất? Ai thấp nhất?

Bài 13

ÔN TẬP 3

복습 3

Vietnamese Conversation 1

A Hội thoại

a

Nam-soon: Em xin hỏi, nước Việt Nam ở đâu anh?

Dũng: Nước Việt Nam ở Đông Nam Á.

Nam-soon: Việt Nam giáp với những nước nào ạ?

Dũng: Việt Nam giáp Trung Quốc, Lào và Cămpuchia.

Nam-soon: Em nghe nói, Việt Nam có bờ biển dài, phải không ạ?

Dũng: Đúng rồi. Việt Nam có hơn 3.200 km bờ biển.

Nam-soon: Các sinh viên Khoa Tiếng Việt nói là vịnh Hạ Long rất đẹp, phải không anh?

Dũng: Vịnh Hạ Long là một nơi du lịch nổi tiếng của Việt Nam.

b

Han: Anh đã đi Việt Nam rồi, anh thấy thời tiết Việt Nam thế nào?

Lee: Ở Việt Nam có 4 mùa: xuân, hè, thu và đông.

Han: Thế thì cũng giống Hàn Quốc?

Lee: Nhưng không giống lắm. Mùa hè ở Việt Nam nóng hơn.
Còn mùa đông ở Hàn Quốc lạnh hơn. Mùa đông ở Việt Nam không có tuyết.

Han: Mùa hè ở Việt Nam có mưa không anh?

Lee: Có nhiều mưa và có cả bão.

Han: Còn mùa thu?

Lee: Mùa thu ở Việt Nam cũng đẹp như mùa thu ở Hàn Quốc.

B Từ ngữ

nước	1. 나라 2. 물	Đông Nam Á (東南亞)	동남아시아
giáp (甲)	1. 인접하다 2. 갑(십간)	nghe nói	… 라고 말하는 것을 들었다
bờ biển	바닷가	nơi, chỗ	장소
nổi tiếng	유명한	mùa xuân (春)	봄
mùa thu (秋)	가을	mùa đông (東)	겨울
giống	닮은	bão	태풍
máy bay	비행기	tàu hỏa (tàu lửa, xe lửa)	기차
nhanh	빠른	chậm	늦은
đắt	비싼	rẻ	싼
cũ	오래된	mới	새로운
mát	시원한	ấm	따뜻한
độ (度)	온도	trung bình (中平)	평균
tập đọc (習讀)	읽기 연습	tập viết	쓰기 연습
tập nghe	듣기 연습	tập nói	말하기 연습
một số (數)	일부	chăm chỉ	열심인
một chút	조금	phát âm (發音)	발음
đặc biệt là (特別)	특별히 … 이다	thanh điệu (聲調)	성조
ngữ pháp (語法)	어법, 문법	từ gốc Hán	한자에 뿌리를 둔 글자
giống nhau	닮다	khác nhau	서로 다른
vì thế	그 때문에	sân bay	공항
rộng	넓은	hẹp	좁은

C Luyện tập

a Luyện tập hội thoại theo các mẫu sau.

Mẫu: đi máy bay / nhanh / đi tàu hỏa
→ Đi máy bay nhanh hơn đi tàu hỏa.

Tiếp tục với: ăn phở / thích / ăn cơm
học phát âm tiếng Việt / khó / học ngữ pháp tiếng Việt
đi chơi buổi tối / mát / đi chơi buổi chiều
viết tiếng Việt / khó / nói tiếng Việt

Mẫu: Nhiệt độ hôm nay / cao / hôm qua / 2 độ
→ Nhiệt độ hôm nay cao hơn hôm qua 2 độ.

Tiếp tục với: bố tôi / nhiều / mẹ tôi / 4 tuổi
tôi / ít / anh trai tôi / 3 tuổi
cà phê sữa / đắt / cà phê đen / 1 nghìn đồng
bạn tôi / thấp / tôi / 8 cm (xăng ti mét)

Mẫu: chị ấy / đẹp / mẹ chị ấy
→ Chị ấy đẹp như mẹ chị ấy.

Tiếp tục với: cái xe này / cũ / cái xe kia
mùa thu ở Việt Nam / đẹp / mùa thu ở Hàn Quốc
thời tiết hôm nay / đẹp / thời tiết hôm qua
món ăn Hàn Quốc / cay / món ăn Thái Lan

b Đọc các thông tin dưới đây rồi trả lời các câu hỏi

Từ ngữ

"–" âm : 영하(마이너스)

"C" : độ xê (C) : 섭씨

Nhiệt độ	Thấp nhất	Cao nhất	Trung bình
Seoul	- 10 độ C	35 độ C	17 độ C
Hà Nội	8 độ C	38 độ C	23 độ C
Bắc Kinh	- 10 độ C	36 độ C	18 độ C
Paris	- 17 độ C	32 độ C	14 độ C

– Nhiệt độ thấp nhất và cao nhất ở Seoul là bao nhiêu độ?

– Nhiệt độ trung bình ở Hà Nội là bao nhiêu độ?

– Nhiệt độ cao nhất và thấp nhất ở Bắc Kinh là bao nhiêu độ?

– Nhiệt độ trung bình ở Paris là bao nhiêu độ?

– Nhiệt độ trung bình ở Paris và Hà Nội, ở đâu cao hơn? Cao hơn mấy độ?

– Nhiệt độ trung bình ở Bắc kinh và Seoul, ở đâu thấp hơn? Thấp hơn mấy độ?

c Đọc bài đọc sau rồi trả lời các câu hỏi

Chúng em là sinh viên năm thứ nhất Khoa Tiếng Việt, Trường Đại học Ngoại ngữ Hàn Quốc. Hiện nay, chúng em đang học tiếng Việt với các giáo sư Hàn Quốc và các giáo sư Việt Nam. Hàng ngày, các giáo sư dạy chúng em tập đọc, tập viết, tập nghe và tập nói tiếng Việt. Tiếng Việt rất khó, nhưng chúng em rất thích học. Nhiều bạn học rất chăm chỉ.

Bây giờ, chúng em đã nói được một chút tiếng Việt. Phát âm tiếng Việt khó nhất, đặc biệt là thanh điệu, còn ngữ pháp dễ hơn. Tiếng Việt và tiếng Hàn có nhiều từ gốc Hán giống nhau. Vì thế, học những từ này không khó lắm.

Chúng em sẽ học tiếng Việt 4 năm. Nghỉ hè và nghỉ đông, chúng em sẽ đi Việt Nam để học và thực tập tiếng Việt.

Câu hỏi:

– Các em là sinh viên năm thứ mấy?

– Các em đang học gì? Ở đâu?

– Ai đang dạy các em tiếng Việt?

– Em thấy tiếng Việt thế nào?

– Phát âm tiếng Việt có khó không?

– Tiếng Việt và tiếng Hàn, có gì giống nhau?

– Các em đi Việt Nam để làm gì?

d Sắp xếp các từ ngữ dưới đây thành câu

a) anh Park / đi Việt Nam / học tiếng Việt / để

→

b) cô ấy / để / đi thư viện / đọc sách

→

c) sáng nay / dậy sớm / để / tôi / đi sân bay

→

d) hơn / nóng / Việt Nam / Hàn Quốc

→

e) món ăn Việt Nam / hơn / món ăn Hàn Quốc / cay

→

f) ở Việt Nam / nhất / vịnh Hạ Long / đẹp

→

g) Seoul / hơn / rộng / Hà Nội

→

Bản ghi nhớ

Bài 14

Hàng ngày em đến trường bằng gì?

매일 무엇으로 학교에 오니?

Vietnamese Conversation 1

Hội thoại (회화)

A

Mai: Anh Park ạ, em cần mua một cái máy tính.

Park: Thế thì em đi với anh. Chúng ta phải đến Yong-san.

Mai: Đến Yong-san có xa không anh?

Park: Không xa lắm, khoảng 45 phút (bằng) tàu điện ngầm.

Mai: Có lẽ, chúng ta nên đi bằng tắc xi. Đi tắc xi nhanh hơn tàu điện ngầm.

Park: Không nên, đi tắc xi đắt lắm!

B

Chị Kim: Chị ơi, cái áo phông kia bao nhiêu tiền ạ?

Người bán: 50.000 đ (năm mươi nghìn đồng) em ạ.

Chị Kim: Đắt quá! Chị có bớt không?

Người bán: Nhưng, đây là hàng hiệu, may bằng cô-tông, tốt lắm!

Chị Kim: Hôm qua, bạn em cũng mua một cái như thế này nhưng rẻ hơn.

Người bán: Chắc là áo của bạn em không phải bằng cô-tông.

Từ ngữ (단어)

cần	필요하다	phải	…해야한다
nên	…해야한다	máy tính	전자계산기, 컴퓨터
bằng (phương tiện)	…로(교통)	tàu điện ngầm	지하철
tàu cao tốc (高速)	고속철도	khuyên (勸)	권면하다
xe máy	오토바이	ô tô tốc hành (速行)	자동차
bằng (chất liệu)	…로(원료)	khoảng, độ, chừng	대략
áo phông	티(옷)	may	재봉질하다
bớt (giảm giá) (減價)	가격을 깎다	hàng hiệu	정찰제 상품
cô-tông	면, 목화	chắc là	틀림없이 …하다
gỗ	목재	giấy	종이
túi (xách)	책가방, 봉투	hộp	박스
chìa khóa	열쇠	kính (鏡·敬)	안경
da	가죽, 피부	lụa	비단
nhựa	플라스틱	sắt	철
thép	철	mệt	피곤한
ô (dù)	우산	bãi biển	해변
cửa hàng	가게	điện thoại (電話)	전화
dân số (民數)	인구 수	giá cả	가격

Chú giải ngữ pháp (어법 주해-문법 해설)

A "**Nên, cần, phải**" là những động từ tình thái, chúng thường đi trước các động từ khác để thể hiện ý nghĩa tình thái. "**Nên**" biểu thị ý nghĩa "khuyên ai làm điều gì đó", "**cần**" biểu thị ý nghĩa "cần thiết", còn "**phải**" biểu thị ý nghĩa bắt buộc :

"**Nên, cần, phải**"는 조동사이며, 동사 앞에 쓴다. 화살표 방향에 따라 "**nên → cần → phải**" 의미가 강해진다.

Ví dụ
- *Các em **nên** đi thực tập tiếng Việt ở Việt Nam.*
- *Chị **cần** nghỉ ngơi một chút.*
- *Em **phải** gặp giáo sư lúc 2 giờ chiều nay.*

"**Cần**" và "**phải**" có thể kết hợp với nhau "**cần phải**" có ý nghĩa "vừa cần thiết vừa bắt buộc": "**Cần**"과 "**phải**"는 "**cần phải**"의 형 태로 결합하여 쓸 수 있으며, 이 경우 의미는 더욱 강조된다.

Ví dụ
- *Chúng em **cần phải** học tập chăm chỉ.*
- *Em **cần phải** về quê gấp.*

B "**Bằng**" là giới từ chỉ phương tiện để thực hiện hành động, có thể dùng trong câu hỏi "**...bằng gì?**" hoặc "**...bằng phương tiện gì?**" : 계사 "**bằng**"은 행동에 대한 수단을 나타내며, "**...bằng gì?**" 혹은 "**...bằng phương tiện gì?**"형태의 의문문으로 쓸 수 있다. 의미는 "…로 동사하다"이다. Ví dụ:

Ví dụ
- *Hàng ngày em đến trường **bằng gì?**.*
- *Người Việt Nam ăn cơm **bằng** đũa.*

C "**Bằng**" cũng là giới từ chỉ chất liệu tạo nên sự vật, có thể dùng trong câu hỏi: "…**làm bằng gì?**" hoặc "…**làm bằng chất liệu gì?**" : "**bằng**"은 원료, 현상의 수단을 나타내며, "… **làm bằng gì?**"혹은 "… **làm bằng chất liệu gì?**"형태의 의문문으로 쓸 수 있다. 의미는 "…로 동사하다"이다. Ví dụ:

Ví dụ
– *Cái cốc này làm **bằng** gì? → Cái cốc này làm **bằng** thủy tinh.*
– *Cái ghế này làm **bằng** chất liệu gì? → Cái ghế này làm **bằng** nhựa.*

Luyện tập ngữ âm (어음 연습)

A Dùng "nên", "cần", "phải" để nói về điều nên, cần hay phải làm

Mẫu: – Bạn nên mua một cái máy tính tốt.
– Bạn cần tập thể dục hàng ngày.
– Con trai Hàn Quốc phải đi nghĩa vụ quân sự.

B Thực hành hội thoại theo mẫu

Mẫu: em – đến trường – tàu điện ngầm
– Hàng ngày em đến trường bằng (phương tiện) gì?
– Hàng ngày em đến trường bằng tàu điện ngầm.

Tiếp tục với: chị Kim – đi làm – xe buýt

người Hàn Quốc – đi Bu-san – tàu cao tốc

các anh ấy – đến trung tâm thành phố – tắc xi

người Việt Nam – đi lại – xe máy

Mẫu: cái bàn này – bằng gỗ

– Cái bàn này làm bằng (chất liệu) gì?

– Cái bàn này làm bằng gỗ.

Tiếp tục với: cái túi kia – da

cái hộp này – giấy

chìa khóa này – sắt

cái kính của tôi – nhựa

C Đọc lại bài hội thoại và trả lời câu hỏi

– Mai cần mua (cái) gì?

– Anh Park đã đưa Mai đi đâu?

– Đến Yong-san, bằng tàu điện ngầm mất bao nhiêu phút?

– Mai muốn đến Yong-san bằng gì?

– Đi bằng tắc xi và tàu điện ngầm, phương tiện nào rẻ hơn?

– Chị Kim muốn mua (cái) gì? Giá bao nhiêu?

– Cái áo phông đó may bằng gì?

– Áo của bạn chị Kim may bằng cô-tông phải không?

D Chọn từ ngữ thích hợp để điền vào chỗ trống

– Tôi mệt quá, tôi ______ nghỉ ngơi.

① cần ② đã ③ đều ④ cũng

– Trời đang mưa rất to, anh ______ mang theo ô.

① thích ② cũng ③ nên ④ phải

– Hàng ngày, em đến lớp ______ ?

① bằng gì ② phương tiện gì ③ chất liệu ④ gì

– Ông ấy thích đi du lịch ______ tàu hỏa.

① với ② bằng ③ từ ④ cùng

– Cái bàn này ______ gỗ, rất đẹp và đắt tiền.

① để ② với ③ làm bằng ④ làm với

– Cái ghế này làm ______ ?

① phương tiện gì ② chất liệu gì ③ bằng gì ④ với gì

E Sắp xếp các từ ngữ dưới đây thành câu

a) Mai khuyên / mua máy tính / Park / nên

→

b) sách / bao nhiêu / này / quyển / giá

→

c) đi Thành phố Hồ Chí Minh / bằng ô tô / tôi / với cô ấy

→

d) bãi biển này / như / Vũng Tàu / đẹp / cũng / ở / bãi biển

→

e) cửa hàng ấy / bán / điện thoại Samsung / đúng giá

→

F Chọn từ ngữ thích hợp để điền vào chỗ trống

hơn	mang theo	nên	đi
ít hơn	đang là	phải	làm bằng

Tuần sau, Park và Mai ______ thành phố Bu-san. Một người bạn khuyên họ ______ đi bằng tàu cao tốc cho nhanh. Họ sẽ ở đấy khoảng một tuần. Bây giờ ở thành phố Bu-san ______ mùa mưa. Park và Mai phải ______ ô. Ô của họ ______ chất liệu đặc biệt, rất nhẹ. Thành phố Bu-san nhỏ ______ Seoul. Dân số ở đó cũng ______ Seoul. Nhưng, giá cả ở Bu-san rất đắt. Vì thế, Park và Mai ______ mang theo nhiều tiền.

Bản ghi nhớ

Bài 15

Từ nhà em đến trường mất bao lâu?

집에서 학교까지 얼마나 걸리니?

Vietnamese Conversation 1

Hội thoại (회화)

A

Anh Nam: Chị Kim ơi, chị có biết Han-na đi đâu không?

Chị Kim: Mấy tuần rồi không gặp, nghe nói cô ấy đang đi Bu-san.

Anh Nam: Bu-san ở đâu, hả chị?

Chị Kim: Bu-san là một thành phố lớn ở miền Nam Hàn Quốc.

Anh Nam: Từ Seoul đến Bu-san bao xa hả chị?

Chị Kim: Khoảng 500 km.

Anh Nam: Muốn đến đó có thể đi bằng những phương tiện gì ạ?

Chị Kim: Có thể bằng máy bay, ô tô tốc hành và tàu cao tốc.

Anh Nam: Còn Han-na đi bằng gì chị có biết không?

Chị Kim: Tôi không biết chắc.Có thể bằng tàu cao tốc.

B

Tuấn và Trang là hai sinh viên Việt Nam. Họ vừa mới đến Hàn Quốc tuần trước. Đây là lần thứ hai họ sang Hàn Quốc.

Năm 2000, Tuấn và Trang đã sang Hàn Quốc để du học rồi. Lần đó, họ đến Hàn Quốc để thực tập tiếng Hàn. Còn lần này, Tuấn và Trang sang Hàn Quốc để học cao học. Tuấn học ở Trường Đại học Kyeng-Hee, còn Trang học ở Trường Đại học Ngoại ngữ Hàn Quốc.

Họ vừa mới thuê nhà hôm kia. Đó là một căn hộ nhỏ, ở tầng 18. Căn hộ có 2 phòng. Các phòng hơi nhỏ nhưng khá đẹp. Từ nhà họ đến trường không xa lắm. Đi bằng tàu điện ngầm mất khoảng 30 phút.

Tuấn và Trang đều biết tiếng Hàn. Họ rất thích cuộc sống và con người ở đây.

Từ ngữ (단어)

từ A đến B	A부터 B까지	mất bao lâu?	얼마나 걸립니까?
ơi	사람을 부를 때 쓰는 허사	hả (hở) chị?	문미에 쓰는 허사
miền Nam (南)	남부	phương tiện (方便)	방편, 수단
có thể	…할 수 있다	hình như	마치 …처럼
biết chắc	확실히 알다	cách (格·隔)	1. 방법 2. 떨어진
sang	가다	lần thứ hai	두번째
đi du học (留學)	유학을 가다	thực tập tiếng Hàn	한국어 실습
cao học (高學)	고등학교	thuê nhà	집을 빌리다
hôm kia	그제	ngày kia	모레
căn hộ	집	phòng (房·防)	방
tầng (層)	층	khá	꽤
cuộc sống	삶	con người	사람
đã lâu chưa?	오래됐습니까?	quen, làm quen	익숙하다
chờ (đợi)	기다리다	ga (tàu lửa, tàu điện ngầm)	역(기차, 전차, 지하철)
tuyến (線)	교통편		

Chú giải ngữ pháp (어법 주해-문법 해설)

A "**Mới, vừa, vừa mới, sắp**" là các từ chỉ thời gian của hành động, trạng thái. "**Mới, vừa, vừa mới**" biểu thị "quá khứ gần", còn "**sắp**" biểu thị "tương lai gần" :

"**mới, vừa, vừa mới, sắp**"은 행동이나 상태의 시간을 나타내는 단어이다. 이중 "**mới, vừa, vừa mới**"는 가까운 과거에 일어난, "**sắp**"은 가까운 미래에 일어날 것을 표현할 때 쓴다.

Ví dụ
- *Các sinh viên này **vừa** đi Việt Nam về.*
- *Chúng em **vừa mới** học tiếng Việt.*
- *Các bạn ấy **sắp** đi học ở Việt Nam.*

B "… **bao xa?**" là từ để hỏi về khoảng cách. Tương tự, có thể dùng "… **bao nhiêu km?**" :

"… **bao xa?**"는 거리가 얼마나 떨어져 있는가를 물을 때 쓰는 표현이며, "… **bao nhiêu km?**"의 형태로도 쓸 수 있다.

Ví dụ
- *Nhà em cách đây **bao xa**?*
  - *Nhà em cách đây khoảng 3km.*
- *Nhà ăn sinh viên cách đây **bao xa**?*
  - *Nhà ăn sinh viên cách đây khoảng 200m.*

C "**Từ** … **đến** … " là cặp giới từ hạn định khoảng cách giữa hai điểm, chỉ khoảng cách về không gian hoặc thời gian :

"**Từ** … **đến** … "는 공간과 공간 혹은 시점과 시점 간 간격을 나타내는 표현이다.

Ví dụ
*– Hàng ngày em đi bộ **từ** nhà **đến** trường.*
*– **Từ** tuần trước **đến** tuần này em không gặp bạn em.*

Trong tiếng Việt có những nhóm từ thường dùng khác như: "*từ trước đến giờ, từ bây giờ trở đi, từ quá khứ đến hiện tại, từ hiện tại đến tương lai, từ nay về sau,…*" :

"전부터 지금까지, 지금부터 이후까지, 과거부터 현재까지, 현재부터 미래까지, 지금부터 이후까지, …"의 형태도 있다.

D "**… mất bao lâu?**" dùng để hỏi về thời gian để thực hiện hành động. Có thể dùng :

"… **mất bao nhiêu phút?**", "… **mất mấy tiếng?**": "… **mất bao lâu?**"은 시간이 얼마나 걸리는가를 묻는 표현이며, "… mất bao nhiêu phút?", "… mất mấy tiếng?"의 형태로도 쓸 수 있다.

Ví dụ
*– Từ nhà em đến đây đi bằng tàu điện ngầm **mất bao lâu?***
*– Từ nhà em đến trường đi bộ **mất bao nhiêu phút?***

Luyện tập ngữ âm (어음 연습)

A Luyện tập hội thoại theo mẫu sau

Mẫu: ông ấy – đến đây

Ông ấy đến đây đã lâu chưa?

Chưa (lâu). Ông ấy vừa mới đến đây (khoảng 5 phút).

Lâu rồi. Ông ấy đến đây lâu rồi / đã 30 phút rồi.

Tiếp tục với: em – học tiếng Việt

em – quen bạn em

các em – chờ thầy

chị ấy – ngủ

Mẫu: nhà em – trường đại học – 3km

Từ nhà em đến trường đại học bao xa (bao nhiêu km)?

Nhà em cách trường đại học bao xa (bao nhiêu km)?

Từ nhà em đến trường đại học khoảng 3km.

Nhà em cách trường đại học khoảng 3km.

Tiếp tục với: Trường đại học – trung tâm thành phố – 2km

quê em – Seoul – 60km

trường em – trường bạn em – 2,5km

Đà Nẵng – Huế – 100km

Mẫu: nhà em – trường – xe buýt – 20 phút

– Từ nhà em đến trường đi bằng xe buýt mất bao lâu?

– Từ nhà em đến trường đi bằng xe buýt mất 20 phút.

Tiếp tục với: Seoul – Hà Nội – máy bay – 5 tiếng

Bu-san – Seoul – tàu cao tốc – 3 tiếng

Trường đại học – trung tâm Seoul – tàu điện ngầm – 45 phút

B Chọn từ ngữ thích hợp để điền vào chỗ trống

– Các anh chị ấy ________ đến Seoul hôm qua.

① sẽ ② vừa mới ③ sắp ④ đang

– Họ ________ đến đây sau khoảng 30 phút nữa.

① vừa ② đang ③ đã ④ sẽ

– Nhà em cách đây ________ ?

① bao nhiêu ② bao xa ③ mấy xa ④ bao lâu

– Các em học tiếng Việt ________ ?

① bao lâu rồi ② bao nhiêu rồi ③ bao xa rồi ④ bao nhiêu

– Họ đã quen nhau ________ ?

① bao xa rồi ② bao nhiêu rồi ③ lâu chưa ④ lâu rồi

C Sắp xếp các từ ngữ sau thành câu

– đến / từ / nhà tôi / trường / đi bộ / 20 phút / mất

– bạn tôi / nhà / cách đây / tàu điện ngầm / 3 ga

– trường / nhà / bạn tôi / cách / 3 km / khoảng

– du học / để / Hàn Quốc / sang / Việt Nam / sinh viên

– đã / trung tâm Seoul / các bạn / đến thăm / chưa?

– mới / tiếng Việt / học / 2 tháng / khoảng / chúng em

– đi lại / tàu điện ngầm / bằng / tiện nhất / là / ở Seoul

– mất bao lâu? / đến trường / em / bằng / hàng ngày / tàu điện ngầm

D Sắp xếp các câu sau thành hội thoại

– Cuối tuần này, Mi-lan sẽ đi đâu?

– Quê em ở đâu? Có xa không?

– Em về quê để thăm bố mẹ em.

– Em sẽ về quê.

– Quê em cách Seoul khoảng 300 km.

– Thế, em về quê để làm gì?

– Em sẽ về quê bằng gì?

– Từ Seoul về quê em mất bao lâu?

– Có lẽ bằng ô tô tốc hành.

– Khoảng 3 tiếng.

F Chọn từ ngữ thích hợp để điền vào chỗ trống

đến	hoặc	từ	cám ơn
đi	mấy	thế nào	là

Dũng: Chào chị, xin hỏi chị, đến COEX đi ______ ạ?

Chị Kim: Anh ______ tàu này đến ga Wangsimli.

Dũng: Từ đây ______ ga Wangsimli là mấy ga ạ?

Chị Kim: Ga Wangsimli ______ ga thứ ba. Sau đó, anh đổi sang tuyến số 2 đi Sincheon.

Dũng : ______ ga Wangsimli đến COEX là ______ ga ạ?

Chị Kim: Khoảng 10 ______ 11 ga. Ga Samseong là COEX.

Dũng: Xin ______ chị nhiều.

Chị Kim: Không có gì. Chào anh.

Bài 16

Bao giờ em sẽ đi Việt Nam?
Vì sao các bạn không ở ký túc xá?

언제 베트남 가느냐?

여러분은 왜 기숙사에서 살지 않죠?

Vietnamese Conversation 1

Hội thoại (회화)

A

Han-na: Em chào thầy ạ!

Thầy giáo: Chào em!

Han-na: Thầy đến Hàn Quốc bao giờ ạ?

Thầy giáo: Tôi vừa đến cách đây 3 hôm. Còn em, bao giờ (sẽ) sang Việt Nam?

Han-na: Dạ, khoảng 2 tuần nữa ạ. Dạo này, thầy và gia đình có khỏe không ạ?

Thầy giáo: Cám ơn em, gia đình tôi vẫn bình thường. Lần này em sang Việt Nam có lâu không?

Han-na: Dạ, em định sang khoảng 2 tháng.

Thầy giáo: Thế, em đi một mình hay với những ai?

Han-na: Dạ, chúng em đi một nhóm khoảng 8, 9 bạn ạ! Các bạn đều là sinh viên năm thứ hai sang để thực tập tiếng Việt.

Thầy giáo: À, thế à!

B

Lee: Xin chào. Hai bạn đã ở Hàn Quốc bao lâu rồi?

Dũng: Chúng tôi mới sang được hơn 1 tháng.

Lee: Thế, hai bạn đang học gì ở đây?

Dũng: Tôi học cao học, còn bạn gái tôi sang thực tập tiếng Hàn.

Lee: Các bạn sẽ học ở đây mấy năm?

Dũng: Dạ, khoảng 2 năm.

Lee: Chắc là các bạn sống ở ký túc xá phải không?

Dũng: Không, chúng tôi thuê nhà ở ngoài.

Lee: Vì sao các bạn không ở ký túc xá?

Dũng: Vì trường tôi chưa có ký túc xá.

Lee: Các bạn thấy Seoul thế nào?

Dũng: Thành phố Seoul rất hiện đại và đông người.

Lee: Còn món ăn Hàn Quốc thế nào?

Dũng: Ồ, món ăn Hàn Quốc rất cay.

Từ ngữ (단어)

ký túc xá (寄宿舍)	기숙사	ở (sống ở)	…에 살다
cách đây	지금으로부터, …전에	hôm	일(기간)
nữa	더	lần này	이번에
định (定)	예정이다	một mình	혼자
nhóm	그룹	ở ngoài	밖에
đông người	사람이 많은	ồ	감탄사
phổ thông (普通)	보통	nghỉ hè	여름방학
nghỉ đông (東)	겨울방학	đến muộn (trễ)	늦게 도착하다
tắc đường (kẹt xe)	길이 막히다	học kì (學期)	학기
sợ	두렵다	bị	수동형에 쓰임(좋지 않은 경우)
được	수동형에 쓰임(좋은 경우)	mất ngủ	자지 못하다
hoa (花)	꽃	chuẩn bị (準備)	준비하다
đối với (tôi, anh ấy, …)	나의 경우	theo (tôi, anh ấy, …)	…에 의하면
thịt	고기(육고기)	cá	생선
họ hàng (bà con)	친척		
khoảng, độ, chừng, khoảng độ, khoảng chừng			대략
bao lâu, có lâu không, mấy năm?		얼마나, 몇 년?	
khi nào, bao giờ, lúc nào?		언제?	
từ khi nào, bao giờ, lúc nào?		언제부터?	
tại sao, vì sao, sao?		왜?	

Chú giải ngữ pháp (어법 주해-문법 해설)

A "**Bao giờ?**" là từ để hỏi về thời điểm. Đồng nghĩa với "**bao giờ**" có những từ như "**khi nào?**" "**lúc nào?**". Điều cần chú ý là: "**Bao giờ** …?" dùng để hỏi thời điểm trong tương lai, còn "… **bao giờ**?" dùng để hỏi thời điểm trong quá khứ :

"**Bao giờ?**"는 시점에 대하여 물을 때 쓴다. "**Bao giờ**"의 동의어로는 "**khi nào**?", "**lúc nào**?"가 있다. "**Bao giờ**"가 문두에 오면 미래, "**bao giờ**"가 문미에 오면 과거를 나타낸다.

Ví dụ

– ***Bao giờ*** *em sang Việt Nam?* – *Có lẽ,* ***tháng sau****, thầy ạ.*
– *Em sang Việt Nam* ***bao giờ****?* – *Em sang Việt Nam* ***tháng trước****.*

Khi muốn hỏi về thời điểm diễn ra một hành động, quá trình, trạng thái trong quá khứ và kéo dài cho đến hiện tại, tiếng Việt dùng "… **từ bao giờ**?" :

과거와 현재까지 행동, 과정, 상태가 일어난 시점을 물을 때에는 "… **từ bao giờ**?"의 형태를 쓴다.

Ví dụ

– *Em học tiếng Việt ở đây* ***từ bao giờ****?*
– *Dạ, em học tiếng Việt ở đây* ***từ năm 1999*** *ạ.*
– *Thầy sang Hàn Quốc* ***từ bao giờ****?*
– *Tôi sang đây* ***từ tháng 3 năm ngoái****.*

B "… **bao lâu**?" là từ dùng để hỏi về khoảng thời gian diễn ra hành động, quá trình, trạng thái. Trong những trường hợp cụ thể, tiếng Việt có thể dùng những từ ngữ khác để thay thế "… **mấy (bao nhiêu) năm**?", "… **mấy (bao nhiêu) tháng**?", "… **mấy (bao nhiêu) tuần**?", "… **mấy (bao nhiêu) ngày**?", v.v… :

"… **bao lâu**?"는 행동, 과정, 상태의 발생 기간을 묻기 위하여 쓴다. 발생 기간을 보다 구체화할 경우에는: "… **mấy (bao nhiêu) năm**?", "… **mấy (bao nhiêu) tháng**?", "… **mấy (bao nhiêu) tuần**?", "… **mấy (bao nhiêu) ngày**?" 등의 형태로 쓴다.

Khi hỏi về khoảng thời gian diễn ra hành động, quá trình, trạng thái trong quá khứ, người ta thường thêm từ "**rồi**" vào cuối câu. Khi đó câu có nghĩa giống như câu có dùng present perfect trong tiếng Anh :

과거의 행동, 과정, 상태를 물을 때에는 문미에 "**rồi**"자를 덧붙인다.

Ví dụ

– *Các anh sẽ làm việc ở đây* ***bao lâu****?*	– *Dạ, khoảng 1 năm ạ.*
– *Em tốt nghiệp đại học* ***mấy năm rồi****?*	– *Dạ, (đã) 3 năm rồi ạ.*
– *Các em đã học tiếng Việt* ***bao lâu rồi****?*	– *Dạ, mới hơn 1 năm ạ.*

C "**Vì sao** …?" là từ dùng để hỏi về nguyên nhân, lý do. Đồng nghĩa với "**vì sao**?", tiếng Việt có "**tại sao** …?", "**sao** …?". Để trả lời câu hỏi này, tiếng Việt thường sử dụng kết cấu :

"**vì + nguyên nhân**", "**bởi vì + nguyên nhân**", "**tại vì + nguyên nhân**" : "**Vì sao** …?"는 원인이나 이유를 묻기 위하여 쓴다. "**Vì sao** …?"와 같은 의미로는 "**tại sao** …?", "**sao** …?"가 있다. 대답은 "**vì** + 원인", "**bởi vì** + 원인", "**tại vì** + 원인"의 형태가 있다.

Ví dụ

– ***Vì sao*** *hôm qua em nghỉ học?*	– *Dạ,* ***vì*** *hôm qua em bị ốm ạ.*
– ***Tại sao*** *em đến lớp muộn?*	– *Dạ,* ***bởi vì*** *bị tắc đường ạ.*
– *Em có biết* ***sao*** *chị ấy không trả lời không?*	
	– *Dạ, em không biết* ***vì sao*** *ạ.*

Luyện tập ngữ âm (어음 연습)

A Luyện tập hội thoại theo mẫu

Mẫu: sang Seoul – bao giờ – 2 tuần

– Các bạn sang Seoul bao giờ?

– Chúng tôi sang Seoul cách đây 2 tuần.

sang Seoul – từ bao giờ – thứ Hai tuần trước

– Bạn sang Seoul từ bao giờ?

– Tôi sang Seoul từ thứ Hai tuần trước.

Tiếp tục với: đi du lịch Việt Nam – bao giờ – 3 năm

tốt nghiệp phổ thông – bao giờ – 10 năm

quen bạn em – từ khi nào – năm 2008

sống ở Seoul – từ khi nào – năm 2001

Tiếp tục thực hành hội thoại theo mẫu trên với những thông tin khác.

Mẫu: bao giờ – sang Việt Nam

– Bao giờ em (sẽ) sang Việt Nam?

– Thứ Ba tuần sau, em sẽ sang Việt Nam.

– Ba ngày nữa, em sẽ sang Việt Nam.

Tiếp tục với: bao giờ – sẽ nghỉ hè

bao giờ – sang Việt Nam để thực tập tiếng Việt

bao giờ – tốt nghiệp đại học

bao giờ – thi học kỳ

Mẫu: học tiếng Hàn – bao lâu rồi

– Bạn (đã) học tiếng Hàn bao lâu rồi?

– Tôi (đã) học tiếng Hàn 2 tháng rồi.

Mẫu: học tiếng Hàn – bao lâu nữa

– Bạn (sẽ) học tiếng Hàn bao lâu nữa?

– Tôi (sẽ) học tiếng Hàn khoảng 2 năm nữa.

Tiếp tục với: thực tập tiếng Việt ở Việt Nam – bao lâu rồi / bao lâu nữa

nghỉ hè ở Hàn Quốc – bao lâu rồi / bao lâu nữa

học đại học – bao lâu rồi / bao lâu nữa

chờ tàu điện ngầm ở đây – bao lâu rồi / bao lâu nữa

Mẫu: đến muộn – tắc đường

– Vì sao hôm nay chị đến muộn?

– Xin lỗi, tôi đến muộn (bởi) vì tắc đường.

Tiếp tục với: không ăn sáng – ngủ dậy muộn

không tập thể dục – không có thời gian

không uống cà phê vào buổi tối – sợ bị mất ngủ

thích mùa xuân – có nhiều hoa

B Đọc lại hội thoại và trả lời các câu hỏi sau

– Thầy giáo đã sang Hàn Quốc bao giờ?

– Bao giờ Han-na sẽ sang Việt Nam? Cô ấy sẽ ở Việt Nam bao lâu?

– Han-na sang Việt Nam để làm gì? Cô ấy đi với những ai?

– Anh Dũng và bạn của anh ấy sang Hàn Quốc bao lâu rồi?

– Họ sang Hàn Quốc để làm gì? Họ sẽ ở đây mấy năm?

– Tại sao anh Dũng và bạn không sống ở ký túc xá?

– Anh Dũng thấy thành phố Seoul thế nào? Đối với anh ấy, món ăn Hàn Quốc thế nào?

C Chọn từ ngữ thích hợp để điền vào chỗ trống

– Chúng tôi đã về quê ______ thứ Bảy tuần trước.

① cách ② từ ③ cách đây ④ đến

– Hàng ngày, chúng tôi bắt đầu học ______ 9 giờ sáng.

① từ ② đến ③ cho ④ tại

– Các bạn em đã đến Hàn Quốc ______ 3 ngày rồi.

① cho ② mới ③ cách đây ④ từ

– ______ các em sẽ sang Việt Nam?

① từ khi nào ② mấy ngày ③ bao lâu ④ bao giờ

– Em sẽ học tiếng Việt ở đây ______ ?

① bao giờ ② bao lâu nữa ③ bao lâu rồi ④ bao giờ nữa

– Các em đã học tiếng Việt ở trường đại học này ______ ?

① bao lâu rồi ② bao lâu nữa ③ bao giờ nữa ④ bao giờ rồi

– ______ chị ấy không ăn thịt? Vì chị ấy không thích.

① tại vì ② vì sao ③ sao thế ④ bởi vì

D Chọn từ ngữ thích hợp để điền vào chỗ trống

chuẩn bị	sang	rất	Thành phố
khoảng	một số bạn	đi	sinh viên
thời tiết	hơn	Việt Nam	học kỳ
quê	thực tập		

Chúng em sắp học xong học kỳ I và ______ nghỉ hè. Hè này, em sẽ về ______ để thăm bố mẹ và họ hàng. Ở lớp em, có một số bạn sẽ ______ Việt Nam để ______ tiếng Việt. Họ sẽ ở Việt Nam ______ 2 tháng. Một số bạn sẽ học ở Hà Nội và ______ Hồ Chí Minh, nhưng ______ khác sẽ học ở Đà Lạt. Em nghe nói, Đà Lạt là thành phố ______ đẹp.

Nhiều ______ Khoa tiếng Việt đã đi ______ rồi. Họ cũng nói vào mùa hè ______ ở Việt Nam khá nóng. Nóng ______ ở Hàn Quốc. Em hy vọng ______ sau em sẽ có dịp sang Việt Nam để thực tập tiếng Việt và ______ du lịch.

Bản ghi nhớ

Bài 17

ÔN TẬP 4

복습 4

Vietnamese Conversation 1

A Hội thoại

a

Anh Lee: Ô! Xin chào chị Kim.

Chị Kim: Chào anh Lee. Lâu lắm không gặp, dạo này anh và gia đình có khỏe không?

Anh Lee: Cám ơn chị, chúng tôi vẫn khỏe. Còn chị, có gì mới không?

Chị Kim: Dạ, không có gì mới, anh ạ. Mọi việc vẫn bình thường.

Anh Lee: Tôi nghe nói, anh, chị mới đi Việt Nam về phải không?

Chị Kim: Chúng tôi mới về hôm kia.

Dựa vào thông tin từ cuộc hội thoại, trả lời các câu hỏi sau:

– Gia đình anh Lee dạo này thế nào?
– Công việc của chị Kim có gì mới không?
– Chị Kim mới đi Việt Nam về phải không? Chị ấy về bao giờ?
– Chị Kim và anh Lee có thường gặp nhau không?

b

Han-na: Em về Seoul bao giờ thế?

Chi-un: Em về cách đây 1 tuần rồi. Bận quá chưa đến thăm chị được. Em rất xin lỗi chị.

Han-na: Không sao. Thế đi Việt Nam thế nào? Có vui không?

Chi-un: Vui lắm, chị ạ. Nhất là em đã có bạn trai rồi.

Han-na: Thế à! Còn tiếng Việt của em có tốt hơn không?

Chi-un: Tất nhiên! Vì em học nhiều hơn, phải nói nhiều hơn và gặp nhiều người Việt Nam hơn ở đây.

Dựa vào thông tin từ cuộc hội thoại, trả lời các câu hỏi sau:

– Chi-un đi đâu về? Chi-un về từ bao giờ?

– Chi-un đi Việt Nam để làm gì?

– Ở Việt Nam, Chi-un đã có gì mới?

– Vì sao tiếng Việt của Chi-un tốt hơn?

C

Park: Tối nay, bạn có rỗi không?

Mi-lan: Có việc gì đấy hả Park?

Park: Mình muốn rủ bạn đi xem phim.

Mi-lan: Tuần này, có phim gì hay không?

Park: Thế Mi-lan thích xem loại phim gì?

Mi-lan: Mình thích phim hài nhất. Phim tình cảm cũng được nhưng đừng buồn quá. Còn Park?

Park: Mình thích xem phim trinh thám.

Dựa vào thông tin từ cuộc hội thoại, trả lời các câu hỏi sau:

– Park muốn rủ Mi-lan đi đâu?

– Mi-lan thích xem loại phim gì?

– Park thích xem loại phim gì?

– Theo em, Park và Mi-lan có đi xem phim với nhau không?

B Từ ngữ

nhất là, đặc biệt là	특별히	bạn trai	남자 친구
tất nhiên (必然)	물론	rủ	불행
loại (類)	종류	phim hài	코믹영화
phim tình cảm (情感)	서정적 영화	phim trinh thám (偵探)	첩보영화
cũng được	가능하다	đừng	…하지 말아라
thủ đô (首都)	수도	xung quanh	주위, 주변
hồ (湖)	호수	xe ôm	사람을 실어나르는 오토바이
bạn thân (親)	친한 친구	xã hội (社會)	사회
nhân văn (人文)	인문	đông phương (東方)	동방(동양)
nông thôn (農村)	농촌	yên tĩnh (安靜)	조용한
trong lành	깨끗한	trồng	심다
cây	나무	vải	1. 리찌 과일
chọn	선택하다	nói chuyện	이야기하다
cố gắng	노력하다	lâu lắm không gặp	오랜만이다
có gì mới không?	새로운 것이 있어요?	có việc gì đấy (thế)?	무슨일이 있어요?
tôi nghe nói, nghe nói là, người ta nói là	…라고 말하는 것을 들었다		

C Luyện tập

a Hãy đọc kĩ các đoạn hội thoại sau, rồi thực hành hội thoại theo những mẫu đó

Mẫu: – Em đã sang Việt Nam chưa?

– Chưa, em chưa sang Việt Nam.

– Thế em có định sang Việt Nam không?

– Dạ, có ạ.

– Bao giờ em sẽ sang Việt Nam?

– Hè này, em sẽ sang Việt Nam.

– Em sẽ học ở đâu? Hà Nội hay Thành phố Hồ Chí Minh?

– Dạ, không ở Hà Nội, cũng không ở Thành phố Hồ Chí Minh. Em sẽ học ở thành phố Đà Lạt.

– Em định học ở đó bao lâu?

– Khoảng 2 tháng ạ?

– Em đến Đà Lạt để làm gì?

– Em đến đó để học tiếng Việt và tìm hiểu văn hóa Việt Nam ạ.

– Tại sao em chọn thành phố Đà Lạt?

– Vì em nghe nói, đó là một thành phố rất đẹp ạ.

Mẫu: – Em đã sang Việt Nam chưa?

– Dạ, rồi ạ.

– Em sang Việt Nam từ khi nào?

– Dạ, tháng 12 năm ngoái ạ.

– Ở Việt Nam, em ở thành phố nào?

– Ở Việt Nam, em ở Hà Nội ạ.

– Em sang Hà Nội để làm gì?

– Em sang thực tập tiếng Việt và đi du lịch ạ.

– Em ở Hà Nội bao lâu?

– Dạ, hơn 2 tháng ạ.

– Trong thời gian ở Hà Nội, em đi du lịch những đâu?

– Em đi vịnh Hạ Long, Sapa và xung quanh Hà Nội.

– Ở Hà Nội, em đi lại bằng phương tiện gì?

– Dạ, bằng xe máy và xe ôm.

– Thế, em thấy Hà Nội thế nào?

– Em thấy Hà Nội có nhiều hồ và rất nhiều xe máy.

– Em có thích thủ đô Hà Nội không?

– Em rất thích ạ.

b **Đọc bài đọc sau (dùng từ điển để hiểu nghĩa và cách dùng các từ mới)**

Tôi tên là Sin Mi-lan, người Hàn Quốc, sang Hà Nội để học tiếng Việt. Tôi định sẽ học tiếng Việt ở đây khoảng 6 tháng.

Tôi có một người bạn thân. Tôi quen anh ấy khi tôi vừa sang Hà Nội được hơn một tháng. Anh ấy tên là Chiến. Tôi và Chiến bằng tuổi nhau. Chiến sinh năm 1982, tôi cũng sinh năm 1982.

Chiến là sinh viên tiếng Hàn ở Trường Đại học Xã hội Nhân văn. Năm nay, Chiến đang học năm thứ Ba, Khoa Đông phương. Quê của Chiến không phải ở Hà Nội. Quê Chiến ở Hải Dương. Hải Dương cách Hà Nội khoảng hơn 50 km. Một tháng, Chiến về thăm gia đình một lần. Anh ấy đi bằng xe buýt.

Tôi cũng đã về quê của Chiến 2 lần rồi. Từ Hà Nội đến Hải Dương đi xe buýt mất khoảng 1 tiếng. Sau đó, chúng tôi đi xe ôm, mất khoảng 30 phút nữa. Quê của Chiến là nông thôn nên rất yên tĩnh và trong lành. Ở đây, người ta trồng rất nhiều vải. Chiến nói với tôi, vải ở Hải Dương nổi tiếng nhất Việt Nam.

Chúng tôi gặp nhau một tuần 2 lần. Một lần khoảng 2 tiếng. Chúng tôi nói chuyện và học với nhau. Tôi nói tiếng Việt, Anh Chiến nói tiếng Hàn. Anh Chiến nói tiếng Hàn chưa tốt lắm. Tôi nói tiếng Việt cũng vậy. Nhưng, chúng tôi sẽ cố gắng để nói tốt hơn.

C Trả lời các câu hỏi sau

– Sin Mi-lan là người nước nào và sang Việt Nam để làm gì?

→

– Bạn của Sin Mi-lan tên là gì, sinh năm nào?

→

– Chiến học ở khoa nào, trường nào?

→

– Quê của Chiến ở đâu, cách Hà Nội bao nhiêu km?

→

– Sin Mi-lan đã về quê của Chiến mấy lần, đi bằng gì?

→

– Quê của Chiến như thế nào? Ở đó người ta trồng nhiều cây gì?

→

– Chiến và Sin Mi-lan gặp nhau 1 tuần mấy lần và để làm gì?

→

– Tiếng Hàn của Chiến thế nào và tiếng Việt của Sin Mi-lan thế nào?

→

Answer

Vietnamese Conversation 1

정답

Bài 01

Bài 02

Bài 03

Bài 04

A. thầy, cô, anh, ông, chị, bà

Bài 05

A. ③, ①, ②, ③, ②
C. ngừoi, anh ấy, anh Dũng, cũng, đều

Bài 06

Bài 07

B. ②, ①, ①, ②

Bài 08

C. tên, tuổi, là, khoa, học, thứ, ở, lúc, tối, hoặc
D. ②, ③, ③, ①, ①, ①

Bài 09

C. ①, ③, ①, ①, ③, ①
D. cũng, hai, đều, uống
cũng, đều, khoa
cũng, đều
cũng, đều có
có, xem, không
có, ăn, với, không

Bài 10

C. tên, tuổi, là, khoa, học, thứ, ở, lúc, tối, hoặc
D. ②, ③, ③, ①, ①, ①

Bài 11

Bài 12

D. ②, ②, ③, ①, ②, ①

Bài 13

Bài 14

D. ①, ③, ①, ②, ③, ③
F. đi, nên, đang là, mang theo, làm bằng, hơn, ít hơn, phải

Bài 15

B. ②, ④, ②, ①, ③
F. thế nào, đi, đến, là, từ, mấy, hoặc, cám ơn

Bài 16

C. ②, ①, ③, ④, ②, ①, ②
D. chuẩn bị, quê, sang, thực tập, khoảng, thành phố, một số bạn, rất, sinh viên, Việt Nam, thời tiết, hơn, học kỳ, đi

Bài 17

한국인을 위한

베트남어 회화 1 개정판

개정판 1쇄 발행 2014년 8월 10일
개정판 2쇄 발행 2016년 8월 5일
개정판 3쇄 발행 2019년 2월 13일

지은이 조재현 · 전혜경 · 송정남 · 응우옌 반푹
발행인 김인철
총괄 · 기획 가정준 Director, University Knowledge Press
편집장 신선호 Executive Knowledge Contents Creator
도서편집 박현정 Contents Creator
전자책편집 인은주 e-Contents Creator
재무관리 강현주 Managing Creator
사전 · 출판 정준희 Contents Creator
마케팅 파트장 백승이 Chief Marketing Creator
마케팅 이현진 Marketing Creator
발행처 한국외국어대학교 지식출판콘텐츠원
02450 서울특별시 동대문구 이문로 107
전화 02)2173-2493~7
팩스 02)2173-3363
홈페이지 http://press.hufs.ac.kr
전자우편 press@hufs.ac.kr
출판등록 제6-6호(1969. 4. 30)
디자인 · 편집 (주)이환디앤비 02)2254-4301
인쇄 · 제본 K프린텍 02)6713-8790

ISBN 978-89-7464-930-2 14730 정가 18,000원
ISBN 978-89-7464-927-2 (세트)

*잘못된 책은 교환하여 드립니다.

HU:iNE은 한국외국어대학교 지식출판콘텐츠원의 어학도서, 사회과학도서, 지역학 도서 Sub Brand이다. 한국외대의 영문명인 HUFS, 현명한 국제전문가 양성(International + Intelligent)의 의미를 담고 있으며, 휴인(携引)의 뜻인 '이끌다, 끌고 나가다'라는 의미처럼 출판계를 이끄는 리더로서, 혁신의 이미지를 담고 있다.

Vietnamese Conversation 1